તમારો સંકલ્પ, તમારી ઉન્નતિ

"તમારા ભવિષ્યને રોશન કરનાર પુસ્તક"

વિશ્વાસ વાડે | સુનીતા વિશ્વાસ

"Connect the Vision"™

Nexus Stories Publication

Bhārata

NEXUS STORIES PUBLICATION®
Surat, Gujarat, India.

Title – તમારો સંકલ્પ, તમારી ઉન્નતિ
First Published by Nexus Stories Publication 2023

ISBN # 978-93-94059-51-1

Publication
Nexus Stories Publication®, Surat (Gujarat), Bhārata
https://nexus-stories.com # +91 87800 80

તીર્થંરૂપ માત-પિતા અને ગુરુને....

પ્રસ્તાવના

'તમે નક્કી કરો તો...' આ મારું સાતમું પુસ્તક હોવા છતાં તે લખતી વખતે આ મારું પ્રથમ પુસ્તક હોય એમ ઝડપથી લખેલું છે. કારણ આમાંના સર્વ પ્રકરણો એટલા જોરદાર છે કે, તેઓએ મને તે પૂર્ણ લખાયા સુધી એક દિવસ પણ સ્વસ્થ બેસવા દીધો નથી. આ પુસ્તક લખતી વખતે એક સામાન્ય માણસે પોતાનું આયુષ્ય સમૃદ્ધપણે વકેવી રીતે જીવવું એ કથા સતત આંખ સામે અને મનમાં રમતી હતી, પછી એ માણસ એકદમ ઓછું ભણેલો હોવા છતાં તેને આમાંના તમામ સૂત્રો લાગુ પડવા જોઈએ, આ એ પાછળનો મારો મુખ્ય હેતુ હતો. એટલે જ આ પુસ્તક હળવું હોવા છતાં વાચકને અંતર્મુખ કરનાર છે.

આમાં અનેક એવી કરવા જેવી બાબતો છે કે તે જો એકાદ સામાન્ય માણસે મનથી કર્યા, તો તેનો પ્રવાસ અસામાન્યતા તરફ હોઈ શકે. કારણ કોઈપણ બાબત કરતી વખતે તે વ્યક્તિએ પ્રથમ મનથી નક્કી કરવું પડે છે અને એકવાર તમે નક્કી કર્યું તો- તમે કંઈપણ કરી શકો છો, આની પર મારો દ્રઢ વિશ્વાસ છે.

મારા 'બિઝનેસ કોચિંગ' અનુભવમાં મને એમ જોવા મળ્યું છે કે, માણસ પોતે જ પોતાને અનેક અંશે વિવિધ માનસિક મર્યાદામાં મૂકી દે છે અને તેથી તેની આગળની પ્રગતિ રૂંધાય છે. આવી માનસિક મર્યાદા તોડવા માટે લાગનારું બળ આ પુસ્તક વાચકને આપવાનું કામ કરશે એમ મને જણાય છે.

તમારા આગળના સમૃદ્ધ જીવનને ખૂબ ખૂબ શુભેચ્છાઓ.

યશસ્વી ભવ...!

અનુક્રમણિકા

મનોગત

'તમે નક્કી કરો તો...' આ મારું સાતમું પુસ્તક હોવા છતાં તે લખતી વખતે આ મારું પ્રથમ પુસ્તક હોય એમ ઝડપથી લખેલું છે. કારણ આમાંના સર્વ પ્રકરણો એટલા જોરદાર છે કે, તેઓએ મને તે પૂર્ણ લખાયા સુધી એક દિવસ પણ સ્વસ્થ બેસવા દીધો નથી.

આ પુસ્તક લખતી વખતે એક સામાન્ય માણસે 'પોતાનું આયુષ્ય સમૃદ્ધપણો વકેવી રીતે જીવવું એ કથા સતત આંખ સામે અને મનમાં રમતી હતી', પછી એ માણસ એકદમ ઓછું ભણેલો હોવા છતાં તેને આમાંના તમામ સૂત્રો લાગુ પડવા જોઈએ, આ એ પાછળનો મારો મુખ્ય હેતુ હતો. એટલે જ આ પુસ્તક હળવું હોવા છતાં વાચકને અંતર્મુખ કરનાર છે.

આમાં અનેક એવી કરવા જેવી બાબતો છે કે તે જો એકાદ સામાન્ય માણસે મનથી કર્યા, તો તેનો પ્રવાસ અસામાન્યતા તરફ હોઈ શકે. કારણ કોઈપણ બાબત કરતી વખતે તે વ્યક્તિએ પ્રથમ મનથી નક્કી કરવું પડે છે અને એકવાર તમે નક્કી કર્યું તો- તમે કંઈપણ કરી શકો છો, આની પર મારો દ્રઢ વિશ્વાસ છે.

મારા 'બિઝનેસ કોચિંગ' અનુભવમાં મને એમ જોવા મળ્યું છે કે, માણસ પોતે જ પોતાને અનેક અંશે વિવિધ માનસિક મર્યાદામાં મૂકી દે છે અને તેથી તેની આગળની પ્રગતિ રૂંધાય છે. આવી માનસિક મર્યાદા તોડવા માટે લાગનારું બળ આ પુસ્તક વાચકને આપવાનું કામ કરશે એમ મને જણાય છે.

તમારા આગળના સમૃદ્ધ જીવનને ખૂબ ખૂબ શુભેચ્છાઓ. યશસ્વી ભવ...!

વિશ્વાસ વાડે

બિઝનેસ કોચ

*****

૧. 'હું' કોણ છું?

'હું' કોણ છું? આ પ્રશ્નથી - વિચારથી આ પુસ્તકની શરુઆત કરવા પાછળનું કારણ કે કોઈપણ બાબતની શરુઆત એ પ્રત્યક્ષ અથવા અપ્રત્યક્ષરીતે 'હું'થી શરુ થઈ 'હું' પાસે જ થોભે છે, એમ મને લાગે છે અને આ સંપૂર્ણ પરીક્રમમાં-પ્રવાસમાં આપણે આમ 'હું'નો જ વિચાર કરવાનું ભૂલીએ છીએ. પછી આયુષ્યના એકાદ ટોચ પર આપણને યાદ આવે છે કે- આજ સુધી આપણે જે કાંઈ કર્યું, તેમાં માત્ર 'હું'ને જ ભૂલ્યા છીએ, ખોવાઈ ગયું છે, અને મેં આજસુધી માત્ર દોડાદોડ કરી, જીવને ઊંચા-નીચી કર્યા, પણ તેનો મને વધુ ઉપયોગ થયો નહીં.

આશ્ચર્યની વાત એટલે અનેકોને તો આયુષ્યભર આ પ્રશ્ન સમજાતો નથી. કોઈને આનો વિચાર કરવા માટે સમય નથી. તો અનેકોને આનાથી દૂર-દુરનો સબંધ પણ હોતો નથી. ખૂબ ઓછા લોકો આ પ્રશ્ન પોતાને પૂછે છે. મને લાગે છે આ આંકડો ૧% આટલો જ હશે. તમે પણ આ પ્રશ્ન પોતાને પૂછ્યો હશે, તો તમને પોતાનું અભિમાન હોવું જોઈએ કે તમે પણ જગતમાંના એ ૧% લોકોમાં સામેલ- સમાવિષ્ટ થયેલા છો. માત્ર એ પ્રશ્ન યોગ્ય સમયે પૂછવો જરુરી છે. આ પ્રશ્ન પર તમે જેટલી જલ્દી કામ કરવાની શરુઆત કરશો, તેટલી ઝડપથી તમારા આયુષ્યને દિશા મળી શકશે, એમ

મને લાગે છે. આયુષ્યને યોગ્ય દિશા મળી કે તમારી દશા બદલવામાં સમય લાગતો નથી, એ નક્કી છે!

'હું' કોણ છું? એ જાણવાની પ્રક્રિયા:-

પ્રથમ પદ્ધતિ:

મિત્રો, આ માટે પોતાનાથી 'કનેક્ટ' થવું જરૂરી છે અને એ માટે એકાદ કુદરતી જગ્યાએ વિના- મોબાઈલ જવું જરૂરી છે. એ સમયે માત્ર બુક અને પેન હોવી જોઈએ. આ કામ માટે શક્ય હોય તો પરોઢ અથવા સાંજ પસંદ કરવી. એકાદ કિનારા પર, ધોધ પાસે, અથવા કોઈ ટેકરી પર, અથવા નાના લીલા ડુંગર પર બેસવું. આ સમયે એકલા બેસવું જરૂરી છે. શરૂઆતનો અડધા કલાક 'ન્યુટ્રલ' રહેવાનો પ્રયત્ન કરો. આ સમયે તમારી આજુબાજુની પ્રત્યેક બાબતો સાથે 'કનેક્ટ' થવાનો - આનંદ લેવાનો પ્રયત્ન કરો. તેમાં પાણીનું ખળખળ હશે, કદાચ ઘાસ પરથી વ્હેનારા પવનનો અવાજ હશે, પંખીઓનો કલબલાટ હશે, એમ કંઈપણ હોઈ શકે. આ સમયે પોતાને પ્રશ્ન પૂછો કે 'હું' કોણ છું?

ઉપરોક્ત પ્રશ્નોના જવાબ એ એક કરતાં વધુ પણ હોઈ શકે. અનેકવાર પહેલા કરતા ભિન્ન પણ હોઈ શકે. કારણ માણસ તેની પરિસ્થિતિ અનુસાર, અનુભવ અનુસાર, ધ્યેય અનુસાર કરતો હોય છે. ઠીક છે! આનો એક 'ગોલ્ડન રુલ' યાદ રાખો- જે કંઈ ઉત્તર આવશે તેને પ્રતિપ્રશ્ન પૂછવો જરૂરી છે કે - શું હું આજની ઘડીને આ ઉત્તરને શોભે એ રીતે વર્તન કરું છું કે? ન વર્તતા હોવ તો જલ્દી જ તેમાં જરૂરી સુધારા કરો. અન્યથા 'હું' કોણ છું? પ્રશ્નનો ઉત્તર ચુક્યા છો એમ સમજવું.

બીજી પદ્ધતિ:

મિત્રો, જો તમને પ્રથમ પદ્ધતિ ન ફાવે, કે સમય ન મળે તો બીજી સાદી-સરળ-સહેલી અને (નક્કી કરો તો) સહજ કરવા જેવી પદ્ધતિ હું અહીં કહેવાનો છું. એ એટલે - સવારે જલ્દી ઉઠવાનું. વહેલા ૪.૩૦ -૫.૦૦ વાગ્યે અને એકલાએ ખુલ્લી હવામાં ફરવા જવું. એટલે જ મોબાઈલ વગર અને પોતાની સાથે 'કનેક્ટ' થતાં પ્રશ્ન પૂછવાનો 'હું' કોણ છું?

આમ શક્ય હોય તો ૪-૫ વાર કરવું અને આવનાર ઉત્તરની નોંધ કરીને આગળ ઉપર જણાવ્યાનુસાર તેની પર કામ કરવું. આમાં પ્રથમ પધ્ધતિ વધુ 'પાવરફુલ' છે એ નક્કી.

'હું'ની શોધ = વિશ્વાસની શોધ.

*****

૨. જિદ્દ છોડો નહીં.

મિત્રો, જિદ્દી માણસો જ ઇતિહાસ ઘડે છે અને સામાન્ય માણસો એમાંથી પ્રેરણા લે છે. તો ગમે પણ તમારા ધ્યેય વિષયે 'જિદ્દ' હોવા જ જોઈએ. જિદ્દ હોવ તો જ તે પૂર્ણ થાય છે. કારણ જિદ્દી માણસો કોઈપણ પરિસ્થિતિમાં હાર માનતા નથી અને હાર માનનાર માણસો જિદ્દી હોતા નથી.

આપણે અનેકવાર જોઈએ છીએ કે આપણામાંથી અનેકોને (ફોગટના) અનેક સપનાઓ હોય છે. સપના હોવા જોઈએ, ના નથી, પણ તે માટે લાગનાર મહેનત, કષ્ટ, પરિશ્રમ, પરીક્ષા, પ્રવાસ કરવાની શારીરિક અને માનસિક તૈયારી માત્ર નથી હોતી. આ પરિસ્થિતિમાં ફોગટની ન જોઈતી સલાહ આપનાર ઘણા જ મહાન લોકો આપણી અજુબાજુમાં હોય છે. જેઓને આપણે 'મિત્ર' કહીએ છીએ, તેઓ 'શોર્ટકટ' કહે છે. જે તેઓએ ક્યારેય વાપરેલો હોતો નથી અને આપણે ફસાઈએ છીએ, અનેક જગ્યાએ તો આપણે અક્ષરક્ષઃ નીચા પડીએ છીએ અને આપણે 'શેખ ચિલ્લી' થઈએ છીએ

માટે તમારા સપનાઓને જલ્દીથી જલ્દી ધ્યેયમાં રુપાંતરિત કરો. એ પૂર્ણ કરવા માટે જલ્દી જ કમર કસો અને ઝડપથી કામે લાગો. હવે પ્રશ્ન આવે છે જિદ્દનો. જિદ્દ શું હોય એ હું તમને એક સત્યકથા પરથી સમજાવું.

આ ઘટનાના પાત્રનું નામ છે કેરોલી (Karoly Takacs). તેઓ હંગેરીયન આર્મીના વર્લ્ડક્લાસ બેસ્ટ પિસ્તોલ શૂટર હતા. આ કથા છે સન ૧૯૩૮ની. સાલ ૧૯૪૦માં થનારા ઓલિમ્પિક ગેમ્સમાં કેરોલી જ ગોલ્ડ મેડલ જીતશે એની સૌને ખાત્રી હતી. ત્યાંજ ન થવાનું થયું. એક આર્મી ટ્રેનિંગ કેમ્પની દુર્ઘટનામાં હેન્ડ ગ્રેનેડના સ્ફોટમાં, તેનો જમણો હાથ નકામો થયો. જે હાથે ઓલિમ્પિકના સુવર્ણપદના સપના બતાવ્યા હતા, એજ હાથ નકામો થયો હતો. બધા સપના અજાણી અંધારી ખીણમાં ગરકાવ થયા હતા. પણ હાર માને તો કેરોલી કેમનો! જિદ્દ એ જિદ્દ જ હોય છે. હવે એણે પોતાનું બધું ધ્યાન તેના ડાબા હાથને ટ્રેન કરવામાં લગાડ્યું અને વર્ષભરમાં એટલે

જ કે ૧૯૩૯માં નેશનલ ચેમ્પિયનશીપ જીતી. આને કહેવાય જિદ્દ. પણ ખરી મજા તો આગળ છે અને એ એટલે તે અહીં જ થોભ્યા નહીં, પણ તેઓનું સાચું ધ્યાન આગળ હતું અને એ એટલે ૧૯૪૦ની ઓલિમ્પિક ગેમ્સ. પણ વર્લ્ડ વોરને લીધે ૧૯૪૦ અને ૧૯૪૪ની ઓલિમ્પિક ગેમ્સ રદ થઈ હતી. આ સમયે તેઓ અહીં પણ મનથી હાર્યા નહીં કે નિરાશ પણ ન થયા. કે તેઓની જિદ્દ- સુવર્ણપદક મેળવવા માટેની તલપ જરા પણ ઓછી થઈ નહીં. હવે ધ્યાન હતું ૧૯૪૮. આ વખતે તેઓનો મુકાબલો વિશ્વના તરુણ સ્પર્ધકો સાથે હતો. અને કેરોલીની ઉંમર હતી ૩૮ વર્ષ. ૧૯૩૮માં તેઓ ૨૮ વર્ષના હતા. પણ ઓલિમ્પિકનું પદક મેળવવાની જિદ્દે તેઓમાંની આ આગ આગળ ૧૦ વર્ષો સુધી ઓલાવા દીધી નહીં. આમાં જ તે જિદ્દની સાચી સફળતા છે, એમ મને લાગે છે.

આ ડાબા હાથના શૂટરે તે સમયના તરુણ, ચપળ, એક કરતાં ચડિયાતા એક એવા હોંશિયાર શૂટર્સોને પાછળ નાખતા કેવળ ૧૯૪૮નો નહીં, પણ ૧૯૫૨નો પણ ઓલિમ્પિક સુવર્ણપદક પર પોતાનું નામ કોર્યું. આમ કરનારા તે પહેલાં જ ઓલિમ્પિક ચેમ્પિયન હતા.

જિદ્દી માણસને જ સિદ્ધિ પ્રાપ્ત થાય છે.

*****

૩. હું અભેદ્ય છું.

અભેદ્યનો અર્થ થાય છે, જેને કોઈપણ ભેદી શકતું નથી એવો મજબૂત, કઠિન, અપરાજિત, પ્રબળ. જેની જોડ બીજા પાસે નથી, જેને પરાજિત કરવું શક્ય નથી. એવો.

ઉપરોક્ત વિચાર ખરેખર તો માનવી મનનું ચિત્રણ છે, એમ હું કહીશ. પણ આ અભેદ્યપણું જ અજાણે માણસને ઢીલો, કમજોર, નાજુક બનાવે છે અને રોજના દૈનિક જીવનમાં, સાદા કારણો માટે આપણે અનેક જગ્યાએ અટકી પડીએ છીએ.

મહાભારતમાં એક પાત્રને તેની શક્તિની સમયે-સમયે યાદ કરી આપવી પડતી હતી, તેવું જ કેટલુંક આપણી બાબતમાં પણ થતું જોવા મળે છે. આપણને પણ આપણી મજબૂતાઈની યોગ્ય સમયે જાણ કરી આપવી પડે છે. તો જ ચમત્કાર થતા જોવા મળે છે. પણ આમ કરવાની માત્ર વાયકા છે. આ માટે તમારે જ પોતાને આગળ કરવો જોઈએ. એવી આજની પરિસ્થિતિ છે.

પોતાને ઘડવાનું બીડું આજે આપણે પોતે જ ઉપાડવું પડશે. આ માટે કોઈ આપણી મદદે આવશે અને આપણામાંના અજિંક્ય બાજીરાવને જગાડશે, આવી અપેક્ષા રાખવા કરતા આપણે પોતે જ મેદાનમાં કેમ ન ઉતરીએ? કોઈએ તો આવીને તમારા માંનો અસામાન્ય, અપ્રતિમ, અભેદ્યતા જાગૃત કરશે એવી આશા પર જો તમે જીવશો, તો તમારી નિરાશ થવાની જ શક્યતા વધુ છે. આવા સમયે તમે જ પોતાને ઘડવા માટે 'પણ' શા માટે નથી કરતા?

તો ચાલો, લ્યો એક જુદી જ પ્રતિજ્ઞા અને લાગો કામે.

આ માટે તમને અહીં કેટલાક Affirmation આપીએ છીએ, તેનો આગળ તમને નક્કી જ ફાયદો થશે.

હું મજબૂત છું.

હું સક્ષમ છું.

હું અભેદ્ય છું.

હું એક યોદ્ધા છું.

હું સંઘર્ષ કરીશ જ.

હું જીતીશ, જીતીશ અને જીતીશ જ.

યુદ્ધમાં અને આયુષ્યમાં યોગ્ય સમયે 'જગ્યા' બદલવાથી જલ્દી જીતી શકાય છે.

*****

૪. અપયશોને ગણો નહીં

અપયશોને ગણો નહીં, આમ કહેવા પાછળનું કારણ કે જે પોતાના અપયશોને ગણે છે તે જલ્દી આગળ જઈ શકતો નથી. ઉપરાંત યશને હજી સમય લાગે છે. અપયશ ક્યારેય એકલો હોતો નથી. એ નક્કી કંઈક તો સાથે લઈને ફરતો હોય છે. અનેક સંઘર્ષોમાંથી જ 'બ્રિક્સ બાય બ્રિક્સ' યશ હાથવગો કરી શકાય છે.

સામાન્યપણે એમ જોવામાં આવે છે કે, લોકો અપયશથી ડરે છે અને તેથી જ નવું કંઈ જ કરતા નથી. ડરથી તેઓ કોઈપણ નવો નિર્ણય જલ્દી લેતા નથી અથવા લીધેલ નિર્ણય પર દ્રઢ રહેતા નથી. એનું કારણ તેમને અપયશથી લાગનારો ડર જ છે. ખરેખર તો કંઈ જ ન કરવું. અપયશનો ડર લઈ બેસવું, ૧૦૦% યશના ફોર્મ્યુલાની રાહ જોવી,

તમે તમારા માટે શું વિચારો છો એ વધુ મહત્વનું છે. તેથી તમે જેવા છો, તે-તે કરો, જે-જે તમારે ભવિષ્યમાં કરવાનું છે. વધુ રાહ જોશો તો પાકેલું ફળ પણ ખરાબ થાય છે. તેથી સમયે જ કામ કરો. અપયશનો ડર લઈ બેસો નહીં. તે કઈ રીતે ઓછો કરી શકાય તેની પર કામ કરો. જેમ એકાદ પ્રોડક્ટને વેચવા તેની 'એટરેક્ટિવ પેકેજિંગ' જોઈએ. એમ યશનું પણ એવું જ છે. એને પણ તમારા અનુભવની, શિક્ષણની, ડેરિંગની (અપયશની) પેકેજિંગ જોઈએ જ. તે જેટલી વધુ, તેટલી સારી. તેટલી જ યશની કિંમત અને મજા મોટી. મિત્રો, અપયશને હું અપ- એટલે ઉપર, યશ એટલે યશ. એટલે જ કે જે યશની ઉપર છે તે અપ-યશ. તેને ઓછો આલેખો નહીં. ડરો તો બિલકુલ જ નહીં. તેનો સામનો કરો. તેનો આનંદ લો. આગળ જાવ. કારણકે આગળ યશ તમારી રાહ જોતો હોય છે.

એક યશ તમારા અનેક અપયશની કિંમતનું સોનુ કરે છે.

*****

૫. (યશ માટે) 'હું' જ કેમ નહીં?

સૌ પ્રથમ બીજાનો વિચાર કરવાનું શીખો, આમ આપણા પર સંસ્કાર થયેલ હોવાથી આપણે જે-જે સારું, તે-તે બીજામાં શોધવાની આપણને આદત થયેલી છે. 'શિવાજી મહારાજ જન્મે પણ પાડોશીના ઘરમાં' તે અમથું નથી કહેવાતું. શિવાજી મહારાજ એ યશના, પ્રયત્નના, હિંમતના, પરાક્રમના, કેલ્ક્યુલેટેડ રિસ્ક, યોગ્ય પ્લાનિંગ, સાહસ (અને અનેક) ગુણોનું એકત્રિત અદભુત, અકલ્પિત, અવિશ્વસનીય મિશ્રણ છે. તે ક્યારેય આપણને ફાવશે નહીં. પણ તેઓ પાસેથી પ્રભાવિત થઈ આપણે નક્કી જ અનેક બાબતો સિદ્ધ કરી શકીએ છીએ, એ સત્ય છે. પણ ખરી ગડબડ તો અહીંથી આગળ છે એ એટલે, તે કરવા માટેની કિંમત ગણવાની આપણી ન રહેલી માનસિકતા.

કોઈપણ મુશ્કેલ, સાહસી માર્ગ પર કોઈ બીજાએ પગ માંડવા અને આપણને તેનું અનુકરણ કરતા શાંતિથી આનંદી, સુખી (જે ખરેખર હોતું નથી) આયુષ્ય જીવવું એમ લાગતું હોય છે. મોટો યશ મેળવવા મોટું સાહસ જોઈએ અને એ કરવા હિંમત જોઈએ. હિંમત લાવો. બધું થશે. આપણે ન જોઈએ ત્યાં ફોગટની ડેરિંગ કરતા હોઈએ છીએ. જેને સાથે કોઈ પૂછતું નથી. જેમ કે નાની ઉંમરમાં બીડી પીવી, દારૂ પીવો, છોકરીઓને પ્રપોઝ કરવી, મોટરસાઈકલ પવનવેગે ચલાવવી વગેરે. અને

આપણે નકામી એવી બાબતોને અવાસ્તવ મહત્વ આપીને ખરેખર પોતાની દિશા ચૂકવીએ છીએ. અને આયુષ્યમાં આપણો ગોટાળો જ થાય છે.

આપણી ખરી ગેરસમજ એમ છે કે, ઓછા વળાંક વાળી -નવી રાહ ચાલવી કે, ગરદીનો ભીડવાળો રસ્તો લેવો? આ જેનો તેનો વ્યક્તિગત પ્રશ્ન હોવા છતાં પહેલા પર્યાયમાં સ્પર્ધકો હોતા નથી અથવા હોય તો બહું ઓછા હોય છે અને તે પણ આપણા જ જેવા હોવાની શક્યતા વધુ હોય છે.

મોટા યશ માટે 'હું' જ જરૂરી છે, અને હું તે મેળવવા માટે મારામાં જે-જે સકારાત્મક બદલ કરવાની મને જરૂર છે તે-તે હું કરીશ જ, એમ પોતાને વચન આપો. જો તમે આમ કરવામાં સફળ થયા તો, યશના સૂર્યને તમે અડકયા વગર રહેશો નહીં એ નક્કી. આને જ બીજા શબ્દોમાં કહીએ તો- મારો રસ્તો બદલાયો છતાં મારુ ધ્યેય બદલાશે નહીં. તે પરમેશ્વરે મને તેટલું બળ અને બુદ્ધિ નક્કી જ આપેલ છે. ફક્ત પ્રશ્ન છે આ બન્નેનો યોગ્ય વપરાશ કરીને દેદીપ્યમાન યશ મેળવવાનો અને પોતાની સાથે જગતને પણ દ્રઢતાથી કહેવાનો કે- 'યશ માટે હુંજ યોગ્ય છું'. યશ માટે હુંજ યોગ્ય છું !

*****

૬. હું મારી પૂર્ણ ક્ષમતા વાપરું છું કે?

ખરેખર મને મારા કોલેજ જીવનમાં આ પ્રશ્ન થતો અને આ પર હું અનેકવાર વિચાર કરતો કે શું હું મારી પૂર્ણ ક્ષમતા વાપરું છું કે? અને આમ સહજ એકાદ નામાંકિત મોટા-યશસ્વી વ્યક્તિને મળ્યા પછી, સાંભળ્યા પછી અથવા તેઓ વિષયે વાંચ્યા પછી થતું. અનેકવાર આ પ્રશ્ન મારા મનના અખાડામાં ઘણો સમય ઉતરેલો રહેતો. પણ એ ઉંમરમાં આ પ્રશ્નનો જવાબ માત્ર કઈ રીતે શોધવાનો એની કલ્પના ન હોવાથી હું નિરાશ થતો. પણ હવે એમ નથી.

ઠીક છે! આજના આપણા દૈનિક જીવનમાં આ પ્રશ્ન પાછળ પડવું એ જરૂરી છે, એમ મને વિવિધ ઉદ્યોજકોને મારા વ્યવસાય પ્રશિક્ષણનિમિતે મળ્યા પછી જણાયું.

હવે કેટલાક પ્રશ્નો તમને પણ છેતરી શકે છે જેમ કે, આપણી પૂર્ણ ક્ષમતા એટલે શું? તે કઈ રીતે વાપરવી? તે કઈ રીતે વધારવી? આ અને અન્ય પ્રશ્નો મને તમારા મનમાં ડોકાઈ રહેલાં જણાય છે. ડોન્ટ વરી- આ પુસ્તક લખવાનો હેતુ પણ મૂળે એ જ છે.

હવે એક ધ્યાન રાખો. જે બાબત આપણે ગણી શકતા નથી, તે બાબતમાં તમે સુધારણા કરી શકતા નથી, એમ પીટર ડ્રકર કહે છે (If you can't measure it, you can't improve it- Peter Drucker) અને એમાં તથ્ય પણ છે. આપણે આ પ્રમાણે કામે લાગીએ.

આ માટે તમને નીચેની બાબતો કામ લાગશે.

તમારા રોજના કામની 'એકાઉન્ટેબિલિટી' શરૂ કરો.

માત્ર મહત્વની અને રિઝલ્ટ આપનાર કામ કરો.

પોતાને કાલ કરતા મોટા કામ કરવા માટે ટ્રેન કરો.

આ સંદર્ભમાં પુસ્તક વાંચો.

ઓછા સમયમાં વધુ કામ કરવાની કળા શીખી લો.

નવા તંત્રજ્ઞાનનો વધુમાં વધુ ઉપયોગ કરો.

તમારી ટીમને યોગ્ય પ્રશિક્ષણ કરો.

અને સૌથી મહત્વનું કે પોતાને વિકલી/ મંથલી / ક્વોર્ટરલી એન્ડ ઈયરલી રિવાઇઝ નક્કી કરો.

તમારો મેન્ટોર/ કોચ નિયુક્ત કરો.

હોસલા રખ - રાસ્તા દિખેગા.

*****

૭. મને યશથી રોકનારી પ્રથમ વ્યક્તિ.

મને યશથી રોકનારી પ્રથમ વ્યક્તિ કોણ? આ પ્રશ્નનો ઉત્તર જો મને પૂછ્યો તો હું કહીશ કે તમે પોતે જ. આ મારા 'પાવર ઓફ થોટ્સ' આ પુસ્તકમાં એક વિચાર છે. તે એમ કે- 'તમને યશથી રોકનારી પ્રથમ વ્યક્તિ એટલે તમે પોતે જ.' ખરેખર તો આપણે પોતાને અનેક પ્રકારે જકડીને રાખીએ છીએ અને આપણા અપયશ માટે જગતને કારણભૂત માનીએ છીએ, માત્ર આપણે જ આપણા પગમાં અનેક પ્રકારની સાંકળો પહેરી છે, એ માત્ર ભૂલીએ છીએ.

તમે આજે જે કંઈ છો, તે તમારા પોતાને લીધે છો. તમારા માત-પિતાએ તમને જન્મ આપ્યો. તેટલું જ તેમનું કર્તવ્ય હોય છે. તે પછી તમને જે-જે મળ્યું તે તમારું બોનસ એમ સમજો. હવે આ પછી પણ તમે જો તમારા આયુષ્યમાં પાછળ હશો, ગરીબ હશો, અપયશી હશો તો એમાં તમારો દોષ છે. બીજાને દોષ આપવામાં સમય બરબાદ ન કરો. ખાસકરીને નસીબને. તમારું નસીબ તમારે જ ઘડવાનું હોય છે. તે ઘડવાના સમયે તમે જો ટાઈમપાસ કરતા હોવ તો એમાં કોણ જવાબદાર? અર્થાત તમે પોતે જ. મિત્રો, હજીપણ સમય ગયો નથી. હવે તો આંખ ખોલો અને બરાબર ચાલો. બીજાને દોષ આપવામાં તમારો કિંમતી સમય વેડફો નહીં. તે સમય પોતાને ઘડવામાં નાખો.

મિત્રો, જીતવા માટે પ્રથમ પોતાની માનસિકતા બદલવાની જરૂર છે. ધ્યાન રાખો. જો આ જગતમાં એકાદી બાબત એકાદ માણસે કરી, તો એ બાબત જગતનો કોઈપણ માણસ કરી શકે છે. માત્ર એની કિંમત ગણવી પડે છે અને તે કિંમત જ ખરેખર આપણામાં અને તે માણસમાં ભિન્નપણું નિર્માણ કરતી હોય છે.

તેથી આજપછી જો તમને એકાદ બાબતમાં અપયશ મળે અથવા આયુષ્યના કોઈ પડાવ પર એમ લાગ્યું કે આપણે ઈત્તર કરતા પાછળ પડ્યા છીએ અથવા યશ કરતા દૂર છીએ અથવા સ્પર્ધામાં જ નથી, તો સમજો કે તમે પોતાને 'જગાડવામાં'

ઓછા પડ્યા છો. ઠીક છે! પણ આ કંઈ અંત નથી. જિંદગી ફિર સે મોકા દે રહી હે, ઉસકા ફાયદા ઉઠાઓ.

તમને ઘડવાની જવાબદારી માત્ર તમારી જ છે અને તમારે તે માટે પોતાને શારીરિકદ્રષ્ટિઓ, માનસિકદ્રષ્ટિઓ અને આર્થિકદ્રષ્ટિઓથી તૈયાર રહેવું જોઈએ. રોજ પોતાને કાલ કરતા વધુ સારું, વધુ અપ ટૂ ડેટ આપવું જોઈએ, કરવું જોઈએ. પોતાને ઘડવું એ એક ન પુરી થનારી અને સતત ચાલનારી પ્રક્રિયા છે. જો તમારે તમારા આયુષ્યમાં કઈંક કરીને બતાડવું હોય તો આ પ્રક્રિયાનો ભાગ થવું જરૂરી છે. પોતાને 'Auto Mode'માં નાખવાનો પ્રયત્ન ન કરો. પોતાનો કાન આમળવાનું પોતે જ શીખો અને તમારા ઉજ્જવળ, ઉદ્દત, ઉત્તુંગ ધ્યેય માટે પોતાને ઘડો. મોટેભાગે આવી આદતો કેળવો. યશના ધણી થશો જ.

*****

૮. નો ફાયર - નો મેયર

મને લાગે છે, કંઈક અદ્વિતીય, જોરદાર, અદ્ભુત કાર્ય કરવા માટે સાધન નહીં, પણ નિયત જોઈએ. ફાયર જોઈએ - આગ જોઈએ. તો જ મેયર (અહીં યશના સંદર્ભમાં) થઈ શકાય છે. મનમાં 'ફાયર' હોય તો કોઈપણ પ્રતિકૂળ પરિસ્થિતિનું રૂપાંતર તકમાં કરી શકાય છે, આના અનેક ઉદાહરણ છે. આમ જ સામાન્યપણાનો માપદંડ બદલવામાં ભાગ પાડનારી સત્યઘટના હું આજે અહીં તમારી સામે રાખવાનો છું. આ સત્યઘટનાનું સકારાત્મક પરિણામ તમારી જગ્યા પાસે જોવાની માનસિકતા પર થશે, એવો મારો પાક્કો વિશ્વાસ છે.

તો હું જેની કથા કરવાનો છું, તેનું નામ છે 'વિલ્મા રુડોલ્ફ' (Wilma Rudolph). વિલ્માનો જન્મ ૧૯૩૯માં અમેરિકાના ટેનેસી રાજ્યમાં થયો. તેના વડીલ કુલી હતા. તેથી ઘરની પરિસ્થિતિ ખૂબ જ ગરીબીની અને હાલાકીભરી હતી. એ બાવીસ ભાંડુઓમાં ઓગણીસમી હતી. એ બાળપણામાં ખૂબ માંદી રહેતી. તે ૧૧ વર્ષની થઈ ત્યાં સુધી વિના આધાર ચાલી શકતી ન હતી. કારણકે તે અઢી વર્ષની જ હતી ત્યારથી તેને પોલિઓ થયો હતો. તે રહેતી હતી તે ગામથી ૫૦ કિલોમીટરના અંતર પર રહેલ દવાખાનામાં તેની મા તેને લઈ જતી. ત્યાં તેનો ઈલાજ શરૂ થયો. કારણકે તે જ સૌથી નજીકનું સ્થળ હતું. તેની માતા બે દિવસ દવાખાનામાં અને પાંચ દિવસ ઘરે એમ તેનો ઈલાજ કરતી. તેનો ઈલાજ કરનાર ડૉ. કે. એમ્વેને પાંચ વર્ષ થયાં પછી તેમાં થોડી સુધારણા જણાઈ અને તે આધાર વગર ચાલી, ફરી શકવા લાગી. આટલું જ નહીં પણ તેણે ધીમેધીમે બાસ્કેટબોલ રમવાની પણ શરૂ કરી. ડૉ. કે.એમ્વેએ કહ્યું હતું, કે તે આધાર વગર ચાલી શકશે નહીં. પણ હવે તે ધીમેધીમે દોડી પણ શકતી હતી અને આ પાછળ હતી તેને પ્રેરિત કરનારી, પ્રોત્સાહિત કરનારી તેની માતા અને તેનું પોતાનું સમર્પણ. આ બધું એકાદ ચમત્કાર કરતા ઓછું નહોતું.

પ્રથમ તેણે પોતાની શાળામાંની દોડવાની સ્પર્ધામાં ભાગ લીધો. શરૂઆતની આઠ સ્પર્ધાઓમાં એને યશ મળ્યો નહીં. પણ પછી એણે પાછું વળીને જોયું નહીં. એમ આ વિલ્માએ ૧૯૬૦માં રોમમાં થયેલ ઓલિમ્પિકમાં ૧૦૦ મીટર, ૨૦૦ મીટર અને ૪૦૦

મીટર આ ત્રણે શ્રેણીમાં ત્રણ સુવર્ણપદકો મેળવ્યા. આમ કરનારી એ પ્રથમ જ અશ્વેત મહિલા હતી.

તેમાં રહેલા ફાયરે કમાલ કરી હતી. તેને એવી જગ્યાએ લાવીને મૂકી હતી કે, આગળની અનેક પેઢીઓ તેની પાસેથી પ્રેરણા લઈને પોતાને ઘડવશે. તેણે પોતાની પ્રતિકૂળ પરિસ્થિતિની, પોતાના નબળા શરીરની, ગરીબીનું કારણ ક્યારેય આપ્યું નથી તેથી જ ઇતિહાસને પર તેની નોંધ લેવી પડી. આનો અર્થ એમ જ કે, તમારામાં રહેલ 'ફાયર' તમને ક્યાં પહોંચાડી શકે છે! અર્થાત એની કિંમત કરશો તો!

ચમત્કાર ઘડી શકાય છે,
માત્ર એ ઘડવા માટેની આગ તમારામાં હોવી જોઈએ.

*****

૯. પોતાને જોરથી તમાચો મારતા શીખો.

હા, તમે એકદમ સાચું વાંચ્યું છે. પોતાને જોરથી તમાચો મારતા શીખો. કેટલાકના મનને તો પ્રશ્ન પણ આંખ વટાવીને ગયો હશે, કે આ માણસને કંઈ ગાંડપણ તો નથી ઉપડ્યું ને? એક તો પોતાને મારો અને એ પણ જોરથી. અરે, અમે અહીં પોતાના છોકરાઓને પણ મારતા નથી. (એ હક તો માત્ર અમારી પત્નીઓને જ.) આવું પોતાને મારવું એ તો અમને ન ફાવે ભાઈ.

જો તમારી પણ આ જ માનસિક સ્થિતિ હશે તો, એકાદ લેવલ પછી તમારી 'ગ્રોથ' થવી શક્ય નથી. એમ મને લાગે છે. હવે પોતાને જોરથી તમાચો મારતા શીખો એટલે મારે તમારી પાસેથી શું અપેક્ષા છે, તો પોતાને પૂર્ણરીતે જગાડવાનું અપેક્ષિત છે. એક જ બાબત પર ફોકસ કરવું જરૂરી છે. પોતાને મોટા કરવાની જવાબદારી સ્વીકારવાની જરૂર છે. જો ઉદાહરણ આપવાનું થયું તો, સમજો તમે કોઈને તમાચો માર્યો, તો તેણે તે સમયે જે કંઈ અનુભવ્યું તે બધું મનમાં ને મનમાં તમે પણ અનુભવશો એ અપેક્ષિત છે.

આને જ બીજા શબ્દોમાં પોતાને ચેલેન્જ કરવું, પોતાને પ્રશ્ન પૂછવા અથવા બોલકી ભાષામાં 'પોતાનો કલાસ લેવો', એમ પણ આપણે કહી શકીએ. કહેવાનો અર્થ એમ કે, તમને તમારા બચેલા આયુષ્યની પ્રગતિ માટે ઢંઢોળનારી, તમારી આંખોમાં અંજન આંજનારી એક 'સિસ્ટમ' હોવી જરૂરી છે. આ સિસ્ટમ જ આગળ તમારા માટે 'અલાર્મ બેલ'નું કામ કરશે. એ બેલ પર ઉઠવું કે નહીં? એ તમારો વ્યક્તિગત પ્રશ્ન છે. પણ આમ જ સૂતેલા આયુષ્યમાં આગળ ક્યાંય દેખાતા નથી. તે પોતાના રોજના દૈનિક સામાન્ય જીવનમાં પણ સંઘર્ષ કરતા દેખાય છે. જો તમારે આમ અસહાય, હાલાકી ભર્યું, ઉધાર આયુષ્ય જીવવું ન હોય તો તમારા કૃતિશીલ જીવવાની આદત તમારે લગાવવી જ પડશે અને તે પ્રમાણે ઝડપથી કામ કરવું પડશે. પછી જુઓ, જગત કઈ રીતે તમને સલામી ભરે છે તે.

સામાન્ય માણસ પોતાના પ્રયત્નથી અસામાન્ય થઈ શકે છે. આમાં કંઈ જ ચમત્કાર નથી. પ્રયત્ન, કષ્ટ, અને પોતાની પરનો વિશ્વાસ માત્ર નક્કી જ છે. આવા પ્રેરણાદાયી જીવન જીવનારા અને અન્યો માટે ઉર્જાવાન ઘણા જ ઉદાહરણો આપણને જોવા મળે છે. આપણ સૌની માટે આવું કંઈક જુદું કરવું શક્ય છે. ફક્તે કરવાની ધગશ અને આગ તમારામાં હોવી જોઈએ. તમે આ પુસ્તક વાંચો છો એટલે તેમાંના જ એક છો. તમે તમારામાં છુપાયેલ અસામાન્ય માણસને જગત સામે લાવો. આ કામ માટે અમારી મદદ જોઉએ તો નક્કી કહો. પણ હાથ પર હાથ મૂકીને બેસી ન રહો.

આયુષ્ય તમને મોટા થવાની તક અનેકવાર આપે છે, તે ચુકો નહીં. નહીંતર પસ્તાવો થશે.

*****

૧૦. અપમાન થવા દો.

આયુષ્ય ઘડવનારી અનેક પ્રેરિત બાબતોમાં માન-અપમાન આ બાબતનો પણ સમાવેશ થાય છે. તે કઈ રીતે? આવો પ્રશ્ન તમારા ઉપરાંત અનેકોને સાહજિક રીતે થઈ શકે છે. તો આ 'અપમાન' જો તમે એક 'ચેલેન્જ' તરીકે સ્વીકારશો તો જ તે સકારાત્મક પદ્ધતિથી કામ કરે છે. મારા 'ઉદ્યોજકતા પ્રશિક્ષણ' નિમિત્તે અનેક જગ્યાએ મારું ફરવાનું થાય છે. આજે મને ખબર હોય એવા અનેક યશસ્વી ઉદ્યોજક એ માત્ર તેઓનું અપમાન થયું, અને તેઓએ તેને સકારાત્મક પદ્ધતિથી બદલવા માટે તેનો ઉપયોગ કર્યો, તે જિદ્દમાંથી જ જ્વલિત થઈ તેઓએ પોતાનું વિશ્વ નિર્માણ કર્યું અને પોતાનો જુદી છાપ ઉભી કરવાનો પ્રયત્ન કર્યો.

જો તમારું પણ આવું જ ક્યાંક, ક્યારેક અપમાન થયું હોય તો, ચિંતા ન કરો આ જ એ બાબત છે, જે તમારામાં રહેલ યશસ્વી વ્યક્તિને જગાડીને જગત સામે લાવનાર છે. ઉલટ જે માણસે તમારું અપમાન કર્યું હોય તેને વિશેષ 'થેંક્યુ' કહો, કારણ એને

તમારું અપમાન કરીને જાણે તમારા પર ઉપકાર જ કર્યો છે. હવે આ અપમાનનો આધાર લઈ તમારામાં ડોકાતી શક્તિ જગાડો. તેને તમારી બાબતમાં આ જગતમાં તોડ નથી. તેનો પૂરેપૂરો ઉપયોગ કરો. તમારા આગળના રસ્તા પરના તમામ 'સ્પીડ બ્રેકર્સ' પાર કરવા માર્ગદર્શક ઠરશે એવી આ પ્રભાવી અને પરિણામકારક શક્તિ છે. તેનો યોગ્ય વપરાશ કરો. આ જ ખરો સમય છે તમે નક્કી કરેલ ધ્યેય પામવાની અને જગતને દેખાડવાનો લે- જો મેં નક્કી કર્યું તો.... હું કંઈ પણ કરી શકું છું.

'નિંદા કરનારનું ઘર પડોશમાં જ હોવું જોઈએ' એમ આપણા સંતોએ અમથું નથી કહ્યું. તેઓને આમાંની 'પાવર' પહેલા જ સમજાઈ હતી. આપણે મોટાઓ પાસેથી અનેકવાર સાંભળીએ છીએ, કે અપમાન પચાવતા શીખો. પણ હું કહીશ કે અપમાન ન પચવું જોઈએ, કારણ જો અપમાન પચી ગયું તો તેમાંની આગ પુરી થશે ભાઈ. અહીં આપણે અપમાન કરનારનો બદલો નથી લેવાનો. એમ કરવા માટે આપણે કંઈ થોડા હિન્દી મુવીના હીરો છીએ? આપણે તો આયુષ્યના હીરો થવું છે. આપણી પાસેથી ચાર લોકોએ પ્રેરણા લઈ તેઓના આયુષ્યમાં અમૂલ્ય બદલ કરવો જોઈએ. તેઓને સતત લાગવું જોઈએ કે, જો આણે કર્યું છે તો હું શા માટે નહીં? પણ આ બધું ત્યારે જ શક્ય છે જ્યારે તમે તમને થયેલ અપમાનને સકારાત્મક પદ્ધતિથી લેશો.

ઠીક છે, આની 'બોટમ લાઇન' એ જ છે કે, તમારા અપમાનનો ઉપયોગ તમને ફરી જીવંત કરવા કરો. તમારામાં જોશ ભરવા માટે કરો. પોતાને ઘડવા માટે કરો. જગતને તમારું અનુકરણ કરવા મજબુર કરો.

જીન્દગીમેં સબકુછ હારના, મગર હિંમત મત હારના !

*****

૧૧. નાના યશ પર સમાધાની થશો નહીં.

તમને અલ્પસંતોષ એ શ્રાપ કે વરદાન એવો પ્રશ્ન થઈ શકે છે. તેને કારણ પણ એવું જ છે. એકજણ કહે છે તેમાં સમાધાની થાવ. સુખી રહો. તો બીજો કહે છે, સતત આગળ વધો. મોટા થાવ. શ્રીમંત થાવ. આ સમયે કોનું સાંભળવું, એવો ભ્રમ મનમાં નિર્માણ થવો સાહજિક છે જ.

આવા સમયે હું એમ કહીશ કે, જો તમારી ઉંમર ૬૦ કરતા ઓછી છે તો તમે યશની બાબતમાં, સંપત્તિની બાબતમાં, કામની બાબતમાં, જ્ઞાનની બાબતમાં અલ્પસંતુષ્ટ હોવા જોઈએ. પ્રગતિ કરતા રહેવા જરૂરી છે. પણ જો તમારી ઉંમર ૬૦ કરતા વધુ છે તો, હાલની તમારી સંપત્તિ, આરોગ્ય, સ્નેહસંબંધ, વ્યવહાર આની પર સમાધાન માનવામાં કોઈ વાંધો નથી. આપણે માત્ર તમારી તરુણ ઉંમર વિશે વાત કરીએ, કારણ આ જ ઉંમરમાં ખરેખર આપણને યશની ગાડી દોડાવવા, પ્રેરણાનું મબલક 'ગાંડપણ' લાગે છે.

તમારા બાબતમાં માત્ર યશ માટે આવી ગેરસમજ થયેલ યોગ્ય નથી.

તમે નાના યશ પર સમાધાની થાવ નહીં. એક યશ મળે તો ત્યાં વધુ સમય ન રોકાવ. તેનો આસ્વાદ જરૂર લો. પણ એમાં બહુ ડૂબેલા ન રહો. આમ કરવાથી માણસ ગાફિલ બને છે. મિત્રો, અપયશ કરતા યશ જલ્દી ફસાવે છે બરોબર ને? હવે આ અનુભવ ગાંઠે બાંધો અને આગળના મોટા યશ માટે તૈયારી કરો. જે કરો એ મોટું જ કરો. ભવ્ય કરો. અલ્પસંતુષ્ટિને (તરુણતામાં તો) પાસે ન આવવા દો. તો જ પહેલા કરતા મોટી બાબત કરવાની ઉર્જા તમારામાં સતત રહેશે અને આગળનો પ્રવાસ પહેલા કરતા નક્કીજ મોટો હશે.

આયુષ્ય જીવતા આવડવું જોઈએ. કેટલીક બાબતમાં સમાધાની અને કેટલીક બાબતમાં અસમાધાની હોવું જોઈએ. આમાં સંતુલન રાખવું એ જ ખરી કળા છે, એમ મને લાગે છે.

> ## ઉભા થાવ- ચાલો અને કંઈક જુદું કરો, કે જેના લીધે તમને પોતાનું અભિમાન થઈ આવે.

૧૨. યોગ્ય સમયે 'ગિયર' બદલતાં શીખો.

હું હંમેશા કહું છું કે, આયુષ્યમાં ઇચ્છિત જગ્યાએ સમયસર પહોંચવું હોય તો, પોતાનો અને ગાડીના 'ગિયર્સ' યોગ્ય સમયે બદલવાનું શીખવું જોઈએ. કારણ કોઈપણ એક જ ગિયરનો ઉપયોગ કરીને આપણે ગાડીને ચોક્કસ સ્થળે યોગ સમયે પહોંચાડવી મુશ્કેલ છે. એટલે જ કદાચ ગાડીને પાંચ (કેટલીક ગાડીમાં છ) ગિયર્સ આગળ જવા માટે તો એક 'રિવર્સ ગિયર' આપવામાં આવે છે. એમ શા માટે? તો આગળ જવા ક્યારેક ક્યારેક પાછળ પણ આવવું પડે છે. આયુષ્યમાં પણ આગળ જવું હોય તો ક્યારેક પાછળ જવું પડે છે અને એમાં કંઈ ખોટું નથી. પરિસ્થિતિ એવી હોય તો એમ કરવું યોગ્ય જ છે. એમ મને લાગે છે. કારણ સ્પર્ધા જીતવા માટે સ્પર્ધામાં ટકવું જરૂરી છે.

પણ અહીં અનેક લોકો ચુકાતા જોવા મળે છે. લોકો પોતાની રીતે આ ઘટનાનો/ પરિસ્થિતિનો અર્થ કાઢતા જોવા મળે છે. જરા પણ નમીશ નહીં. જોઈએ તો ધંધો બંધ કરીશ, પણ એ માટે લોન નહીં લઉં. લોકોની માંગણી છે છતાં બીજી શાખા નહીં ખોલીએ. કારણ અમારી ક્યાંય શાખા નથી એમ કહેવામાં જ અમને વધુ અભિમાન છે. ધંધામાં આધુનિકતા- કલ્પકતા લાવશું નહીં. કારણ આપણી ગાડી તો ચાલે જ છે. તો ફોગટનો ઉદ્વ્યાપ શા માટે?

હું ઉદ્યોજક પ્રશિક્ષણમાં હોવાથી ઘણા ઉદ્યોગ ખાસ કરીને લઘુત્તમ, લઘુ અને મધ્યમ આકારના ઉદ્યોગ તો, 'ચલતા હે' એટીટ્યુડ પર ચાલતા જોવા મળે છે અને આગળ એમની પ્રગતિ રૂંધાતી જોવા મળે છે. કેમ? તો પોતાના 'ગિયર્સ' યોગ્ય સમયે ન બદલવાથી. તેથી યોગ્ય સમયે જોઈએ તે બદલ કરવા જ જોઈએ પછી એ ગાડી હોય કે ઉદ્યોગ. નહીંતર તમારા આયુષ્યનો નોકિયા ૧૧૦૦ થશો. કોઈ જ પૂછશે નહીં. પણ આ કળા એકવાર આપણને જામી તો પછી રસ્તો કેવો પણ હોય અથવા આપણી ગાડી ગમેતેવી હોય, એ પછી ઉદ્યોગની હોય કે આયુષ્યની, ક્યાંય અટકતી નથી. પણ અહીં 'અજ્ઞાન અને અનિચ્છા'ની લીધે અનેકવાર આપણી ખરી ભૂલ થતી

ઘણીવાર જોવા મળે છે. તમારી બાબતમાં આશા છે કે તમે યોગ્ય સમયે તમારા ગિયર્સ બદલશો અને આયુષ્યમાં નિયોજિત સ્થળે સમયસર પહોંચશો.

જીવનનું પ્રત્યેક સંકટ તમારા આયુષ્યને નવો બદલ આપે છે.

*****

૧૩. સ્માર્ટ હાર્ડ વર્ક કરો.

આ પ્રકરણના શીર્ષકે તમારા મનની કડાઈમાં કદાચ જલેબી જેવો સરળ પ્રશ્ન થવાની શકયતા છે. એ એટલે - અમે સ્માર્ટ વર્ક સાંભળ્યું છે. હાર્ડ વર્ક સાંભળ્યું છે. પણ સ્માર્ટ હાર્ડ વર્ક (કદાચ) નથી સાંભળ્યું.

સાચું કહું, આ પુસ્તકના રૂપે, મારુ સાચું કામ છે તમને પ્રશ્ન પૂછવાનું અને એ પ્રશ્નના ઉત્તરો શોધતી વખતે, તમને તમારાથી જ નવી ઓળખ કરી આપવાની. અને તમારા માંથી અનેકોની સાથે આ થવાનું પણ છે જ.

કામ કરવાના સામાન્ય રીતે ત્રણ પ્રકાર છે (એમ મને લાગે છે) :

૧) હાર્ડ વર્ક

૨) સ્માર્ટ વર્ક

૩) સ્માર્ટ હાર્ડ વર્ક

હવે જરા વિસ્તારથી જોઇએ.

૧) હાર્ડ વર્ક.

જે કામ કરતાં પોતાના હાડકા વળી જાય છે, તેને મારી ભાષામાં હાર્ડ વર્ક કહેવાય છે. વધુ કષ્ટ કરવું, ભરપૂર મહેનત કરવી એ. આમાં કામની બદલામાં મળનાર વેતન

ઘણું ઓછું હોય છે. તેમ જ અનેકવાર આમાં સારા કામનું 'ક્રેડિટ' આપણા ઉપરનો માણસ લઈ જાય છે. લોકો એને 'બોસ' કહે છે. જ્યારે ભૂલ માટે ફટકારવાનો સમય આવે છે, ત્યારે આવા માણસોનો નંબર માત્ર પ્રથમ હોય છે. આવા માણસો સરળ હોય છે. જેનો બીજા લોકો સારો ફાયદો લેતા હોય છે. 'આપણે ભલા અને આપણું કામ ભલું', એમ તેમની માન્યતા હોય છે.

૨) સ્માર્ટ વર્ક.

આવું કામ કરનારા માણસો ઉપર કહ્યા પ્રમાણેના માણસો કરતાં સાવ વિરુદ્ધ હોય છે. તેઓને ઊંટ પરથી બકરીઓને ભગાડવી ખૂબ ગમે છે. લોકોના કામનું ક્રેડિટ પોતે લેવાનું પસંદ કરે છે. મહત્ત્વનું કે આ માણસો સહજ વચ્ચેના અથવા ઉપરની લાઈનમાં કામ કરવાનું પસંદ કરે છે. આવા લોકો જેટલું કામ કરે છે, તેની કરતાં ક્યાંય વધુ કર્યું છે એમ લોકોને કહેતા ફરે છે. પોતાના કામ વિશે કહેતા ફરવાનું તેઓને વધુ ગમે છે. આમાંના કેટલાક અંશે લોકોને બીજાની ચંચુપાત કરવી ગમે છે. આવા લોકો અનેકોનો તિરસ્કાર કરે છે. નોકરીમાં, કરિયરમાં આગળ જવા માટે આવા લોકો કંઈપણ કરવા તૈયાર હોય છે.

૩) સ્માર્ટ હાર્ડ વર્ક.

આ પ્રકાર એમ નવો છે. અને ઘણો ઈન્ટરેસ્ટિંગ છે. આપણને એમાં રહેતા આવડવું જોઈએ. અને આ એકદમ 'રેઅરેસ્ટ કોમ્બિનેશન' માંથી છે હોં કે. આમાં કોમ્પિટિશન નથી. તમે પોતાને આમ જ તૈયાર કરો. ખાસકરીને આ શ્રેણી માટે. કષ્ટ પણ કરો. લોકોને કહો પણ. યોગ્ય પરિણામ માટે આધુનિકતાનો સ્વીકાર કરો. નવી બાબતોનો, તંત્રજ્ઞાનનો, પદ્ધતિનો વપરાશ કરો. પછી જુઓ કયો 'વાઘનો છોકરો' તમારી પાછળ પડે છે. અર્થાત આ સહજશક્ય ન હોવા છતાં ઘણું મુશ્કેલ છે. એમ જરાય નથી. કરી તો જુઓ....!

કામ તમારા માટે છે, તમે કામ માટે નથી.

*****

૧૪. તમારું ધ્યેય તમને બધી બાજુ દેખાય છે કે?

એમ કહેવાય છે કે, જે બાબત આપણને બધી બાજુ દેખાતી હોય છે, તે બાબત તમારા આયુષ્યમાં પ્રત્યક્ષરીતે ઉતરવાની શકયતા વધુ હોય છે. એટલું જ નહીં પણ એ તમારા જીવવાનો હિસ્સો પણ જલ્દી બનતી જોવા મળે છે. આવી ઘટનાઓની પ્રત્યક્ષમાં આવવાની તીવ્રતા એ ઇત્તર કરતાં ૧૦ થી ૧૦૦ ઘણી વધુ હોય છે. હવે આની ગતિ એ અર્થમાં જ આપણી તે તમામ બાબતો, ઘટના પ્રત્યક્ષપણે આપણી પાસે છે એ જોવાની, અનુભવવાની ક્ષમતા પર અને ગુણવત્તા પર અવલંબિત હોય છે.

મારે માત્ર આ જ તમારા ધ્યેય માટે પૂછવું છે કે, તમને તમારા ધ્યેય બધી બાજુ દેખાય છે કે? જો આ પ્રશ્નનો ઉત્તર 'ના' એમ હોય તો, તમે એકદમ યોગ્ય રસ્તે છો, એમ સમજો. એટલે જ કે તમે આ પુસ્તક વાંચી રહ્યા છો અને શકયતા છે કે તેમાં સૂચવ્યાં પ્રમાણે આગળ અનુકરણ પણ કરશો. જો ઉપરોક્ત પ્રશ્નનો ઉત્તર 'હા' હોય તો (જેની અપેક્ષા તેમ પણ ઓછી હોય છે) તમે તેઓને હજી પ્રભાવી કરી શકો છો.

ઠીક છે! પોતાના ધ્યેય કઈ રીતે નક્કી કરવા એ હું અહીં ટૂંકમાં જણાવીશ. કારણ, આની પર બજારમાં અનેક પુસ્તકો ઉપલબ્ધ છે. કદાચ તમે પણ અત્યાર સુધી તેમાનું એકાદ પુસ્તક વાંચ્યું હશે. તો આપણે ટૂંકમાં ધ્યેય વિષયે જોઈએ :-

સૌ પ્રથમ તમે એક ડાયરી અને પેન લઈને એક શાંત જગ્યાએ બેસો. શક્ય હોય તો મોબાઈલ બંધ રાખવો અથવા સાથે ન રાખવો. હવે તમારા સપના લખો. એ સાધારણરીતે ૩૦ થી ૧૫૦ હોવા જોઈએ. એ કદાચ વ્યક્તિગત, શારીરિક, માનસિક, કૌટુંબિક, આર્થિક, આધ્યાત્મિક, સામાજિક, કરીઅર સંબંધી, ઉદ્યોગ સંબંધી હોઈ શકે.

હવે એ તમામ સપનાઓને "SMART"માં તપાસી જુઓ.

◆ S- SPECIFIC - વિશિષ્ટ

◆ M- MEASURABLE- ગણી શકાય એવા.

◆ A- AGREE UPON - સહમત હોય એવા.

◆ R- REALISTIC - વાસ્તવવાદી.

◆ T- TIME BASED - સમયના બંધનમાં ન હોય તેવા.

હવે તેઓને એક ક્રમમાં ગોઠવો. એટલે જાન્યુઆરી મહિનાના ધ્યેય પહેલા, ફેબ્રુઆરીના પછી, માર્ચ એ પછી, એમ ક્રમ ગોઠવો. એમાં બને તેટલા સંબંધિત ચિત્રો વાપરો. એમ કરવાથી તેઓ વધુ વાસ્તવવાદી થશે. આ વર્ષના ધ્યેય બને તેટલી જગ્યાએ લખી રાખો. જેમ કે ડાયરી, પાકીટ વગેરે. હરતાફરતા એ વાંચો.

તે ધ્યેય હાલ તમે જીવી રહ્યા છો, અથવા એ તમે ધાર્યા છે એ પ્રકારનું ચિત્ર આંખ સામે (visualisation) લાવો.

એ બધું તમને મળ્યું અને હજી તમે તેનો ઉપયોગ કરો છો તે માટે પ્રભુનો આભાર માનતા જાઓ.

મુખ્ય એટલે તમારું પૈસાનું પાકીટ, ઓફિસમાં બેસવાની જગ્યા, ગાડીમાં દેખાય એમ,ઘરમાં દેખાય એમ, જેમ કે બેડરૂમ વગેરે આ જગ્યાએ એ તમને દેખાશે એ જગ્યા પર લગાવો અને હરતાફરતા વાંચતા જાઓ.

ધ્યાન રાખો. તમને તમારા ધ્યેય વધુમાં વધુ દેખાય એવી વ્યવસ્થા કરો. એ જલ્દીથી જલ્દી પ્રત્યક્ષમાં આવવાનો માર્ગ પોતે શોધતા તમારી પાસે પહોંચશે.

ધ્યેય જુઓ નહીં જીવતા શીખો.

*****

૧૫. પોતાનો રસ્તો તૈયાર કરો અથવા ઓછી ખેડાયેલી રાહ પકડો.

વચ્ચે મારા વાંચવામાં એક સુંદર વાત આવી હતી કે, તડકામાં ઉભા રહ્યા વગર, પોતાનો પડછાયો નિર્માણ થતો નથી. સાચે ઉપર આપેલ શીર્ષકને શોભે એવી જ આ લાઈન આયુષ્યનો ભલો મોટો અર્થ આપણા પેટમાં રહેલ છે, એમ મને લાગે છે.

જો આપણે આયુષ્યમાં કંઈક સારૂ, પ્રભાવી અને આપણા જ શરીર પર રોમાંચ ઉભું કરનારૂ કરવું હોય તો, આપણે બીજા કરતા જુદું કંઈક કરવાની જરૂર છે. અને આપણામાંથી પ્રત્યેકથી આ કરી શકાય છે, એ હું દ્રઢપણે કહી શકું છું. મોટેભાગે કુદરતે જ એવી માણસોની રચના કરેલી છે. જોઈએ તો પોતાને 'ચેલેન્જ' કરી જુઓ.

હવે વિષય એમ છે કે જો તમારે એક પ્રભાવી, આકર્ષક, યશસ્વી વ્યક્તિત્વ બનવું હોય તો, બે નિયમો અમલમાં લાવવા જરૂરી છે.

તેમાંનો પહેલો એમ છે કે પોતાનો રસ્તો પોતે જ તૈયાર કરવો. આયુષ્યના રસ્તા પર આગળ જતી વખતે પૂર્ણ જુદી એવી પોતાની રાહ તૈયાર કરવી. આમાં થોડું વધુ કષ્ટ નક્કી પડશે જ, પણ આ રોમાંચભર્યા પ્રવાસમાં જે ઘડાશે તે અદ્ભુત હશે, એ નક્કી. આવું જીવવું સાહસ ભર્યું હરે છે. અને સાહસી માણસો જ સાચા અર્થમાં જીવતા હોય છે, એમ મને લાગે છે. કારણ આમાં રોજ નવી સમસ્યાઓ હાથ ધોઈને તમારી સામે આવે છે. અને તમારે આમાંથી પોતાની ચાલાકીથી બહાર પડવાનું હોય છે. આમાં રોજ નવી 'ગેમ' હોય છે, તેના નિયમો પણ બદલેલા હોય છે. પણ આ બધું એટલું જબરદસ્ત હોય છે કે, તમને રોજ વધુ તાજગીભર્યા, જવાન, વધુ સક્ષમ, વધુ અનુભવી બનાવતા તમને 'જેતતા' ઠરાવે છે. અને ખરૂ જીવવું આથી ભિન્ન હોતું નથી.

જો ઉપરોક્ત પ્રથમ નિયમ ન ફાવ્યો તો બીજો નિયમ છે, 'ઓછી ખેડાયેલી રાહ પકડો', એમ શા માટે? તો ખહીં સ્પર્ધા- કોમ્પિટિશન ઓછી હોય છે અથવા નથી જ હોતી. જેટલી ઓછી ખેડાયેલી રાહ તેટલા ઓછા સ્પર્ધક. તેટલી જ એ રાહ નવી-

મુશ્કેલ હોવાની શક્યતા હોય છે એમ સમજો. પણ સરળ આયુષ્ય જીવવામાં કંઈ મજા નથી. આનાથી આયુષ્ય નીરસ હોય છે. આવા પ્રવાસમાં અનેક અજાણ્યા સંકટો તમારું સ્વાગત કરતા હોય છે. પણ હિંમત ન હારો. કોઈપણ પરિસ્થિતિમાં હિંમત ન હારવી, એ જ તમારા યશસ્વીપણાનો માપદંડ છે. ધ્યાન રાખો. કોઈપણ 'ગેમ'ના નિયમ સમજી લઈ, તેની પર જીત મેળવી શકાય છે. અને એ જ તમારે તમારા આયુષ્યમાં કરવું જોઈએ.

નવી રાહ અથવા ઓછી ખેડાયેલી રાહ પર ચાલવાનું લોકો એક તો નકારતા હોય છે અથવા આદર કરે છે પણ એની દખલ જ લેતા નથી એમ માત્ર થતું નથી. અને એમ કરવામાં તમે જો યશસ્વી થયા તો તમે આવું કરી શકનારા જૂજ લોકોમાં અવશો. તમારે એ જ કરવાનું છે.

આયુષ્યમાં, ઉદ્યોગમાં અને રમતમાં નિયમ સમજી લીધા કે તેમાં જીતવું સરળ થઈ જાય છે.

*****

૧૬. ધીરજ છોડો નહીં.

એક જગ્યાએ એમ મેં વાંચેલું કે, 'આયુષ્યમાં પોતાને ક્યારે પણ પડવા ન દો. કારણકે લોકો પડી ગયેલ ભીંતોની ઈંટો પણ બાકી મુકતા નથી.' આ સત્ય પણ છે. એકવાર તમે તૂટ્યા કે પતી ગયું. બધું પૂરું. માટે બધું પૂરું ન કરવું હોય તો મજબૂતાઈથી ઉભા રહો. એકદમ કોઈપણ પરિસ્થિતિમાં.

ધીરજ ન છોડવી એ યશસ્વી લોકોનો ખરો ગુણ છે. કારણ હું અત્યારસુધી મળેલ, વાંચેલ યશસ્વી-મોટા લોકોની બાબતમાં અનેક કઠિન પ્રસંગ આવેલ છે, પણ એ ધીરજ નથી હાર્યા. અને આ જ ખરો 'ગેમ ચેન્જર' ગુણ છે. જ્યારે આપણે એકાદ બાબતની તુલના દીર્ઘકાલીન સમય માટે કરીએ છીએ, ત્યારે જ આની ખરી તાકાત આપણને સમજાય છે અને આ તાકાત જ તમારામાં અને બીજામાં મોટો તફાવત ઘડી લાવે છે. અર્થાત આ તફાવત સકારાત્મક હોય છે.

મેં અનેક સારા, હોંશિયાર, બુદ્ધિશાળી, મહેનતુ પણ જેઓને પોતાના આયુષ્યમાં વધુ યશ નથી મળ્યો, એવા માણસોને એકદમ નજીકથી જોયેલ છે. આવા માણસોમાં મને એક જ ઉણપ વર્તાઈ અને એ એટલે તેઓ પાસે સંયમ નથીં- ધીરજ નથી.સરળ જીવનમાં અનેક મુશ્કેલ બાબતોનો સામનો કરતી વખતે આ ધૈર્યની જરૂર પ્રત્યેકને પડે જ છે.

તમને પણ અનેકવાર આવું જણાયું હશે કે, આયુષ્યમાંના મુશ્કેલ પ્રસંગે, ઓછી એ નાનો હોય કે મોટો, જે-જે જગ્યાએ તમે ધીરજ નથી છોડી, હિંમત નથી હારી, સંયમ નથી છોડી, તે તે જગ્યાએ તે પરિસ્થિતિનો જ નહીં પણ તમારો વિજય થયો. તેથી તમે મન સાથે એક વાત ગૂંથી નાખો કે, હું સંયમ નહીં છોડું. હું ધીરજ નહીં છોડું. હું હિંમત નહીં હારું. કારણ મારે આ તમામને પુરીને જ રહેવું છે.

કઠિન પ્રસંગમાં ધીરજ ન છોડનાર જ, આવેલ પરિસ્થિતિ પર માત મેળવે છે, વિજયી ઠરે છે.

૧૭. જલ્દીથી જલ્દી નક્કી કરો - તમારે આયુષ્યમાં શું મેળવવું છે.

ખરેખર મને આ એક પ્રશ્ન થયો છે કે, માણસો તેમની ત્રીસ- ચાલીશ- પચાસની વયમાં પણ આ નક્કી કરી શકતા નથી કે, તેઓને આયુષ્યમાં નક્કી શું જોઈએ છે, કેટલું જોઈએ છે. અને તો પણ તેઓ દિવસ-રાત દોડતા હોય છે. ભાગતા હોય છે. પણ જો તેઓને મેં એમ પ્રશ્ન પૂછ્યો કે- મિસ્ટર 'એ' તમારે તમારા આયુષ્યમાં નક્કી શું જોઈએ છે? તો તેઓ કહેવા ખાતર કંઈક કહે છે. પણ હું તેઓને કહું છું કે, તમારે જે જે બાબતો જોઈએ છે, એમ તમે લખ્યું છે. તે તે બાબત સામે 'તે શા માટે જોઈએ છે' તે લખો. અને અહીં તેઓ અટકે છે. છતાં પણ પોતાની આબરૂ રાખવા તેઓ કઈક લખે છે. હવે હું તેઓને કહું કે, આમાંથી સાચે કઈ બાબતની તમને જરૂર છે, તે જુઓ. અને જે બાબત ન મળી તો પણ તમને સાચે વધુ ફરક નહીં પડે એવી બાબતો આ યાદીમાંથી 'કટ' કરો. તમને આશ્ચર્ય થશે કે આ 'કટ' લગભગ ૮૦% બાબતો ઓછી કરે છે. એટલે જ ન જોઈતો બોજો ઊંચકવાની આદત. આ પછી અનેકોનું એમ કહેવું થાય છે કે, 'સર તમે અમને પહેલા કેમ ન મળ્યા? કદાચ અમારું આયુષ્ય અત્યાર સુધી અહીંથી જુદું થયું હોત.'

ઠીક છે, કહેવાનો મુદ્દો એ કે, તમે જલ્દીથી જલ્દી નક્કી કરો કે તમારે તમારા આયુષ્યમાં નક્કી શું મેળવવું છે, કેટલું મેળવવું છે અને ક્યારે મેળવવું છે. કારણ જેટલું જલ્દી તમે આ નક્કી કરશો, તેટલા જલ્દી તમારી રાહ આ દિશામાં શરૂ થશે. તમારી પર તમારા હાથમાં સમય ન હોય ત્યારે જીવવની એકાદ સાંજે પશ્ચાતાપ કરવાનો વખત આવશે નહીં. કારણ હાલનું સરાસરી માનવીય આયુષ્ય અંદાજિત માત્ર ૨૫, ૫૫૦ દિવસનું છે. એમ કહેવામાં કંઈ જ ખોટું નથી. તેથી હવે જરાય સમય ન વેડફો. હાલ જ કામે લાગો. નક્કી કરો. કામ કરો. મેળવો.

*****

૧૮. રોજની દોડધામ શા માટે?

હું એક ઉદ્યોજકોના સમૂહને સંબોધિત કરી રહ્યો હતો. મેં તેઓને એક અસાઈમેન્ટ આપી કે, આગળના બે-ત્રણ દિવસમાં પોતા માટે એક કલાક કાઢવો. એકાદ શાંત સ્થળે જવું. શક્ય હોય તો જ્યાં કુદરતથી કનેક્ટ થઈ શકાય. આવી જ જગ્યાએ જાવ અને શાંત બેસો. આ જ અસાઈમેન્ટ. મોબાઈલ ન લઈ જાવ. એ મુખ્ય શરત.

તેમાંના અનેકોનું એવું કહેવું હતું કે, અમે આ કામ માટે એક કલાક આપી જ ન શકીએ. કારણ અમે બહુ બીઝી છીએ. ઘણાં કામ છે. દિવસ ક્યાં જાય છે ખબર નથી પડતી. મેં તેઓને પૂછ્યું કે, આ તમારી રોજની દોડધામ શા માટે? તે લખો. મારા આ પ્રશ્ન પછી ત્યાં નીરવ શાંતિ છવાઈ. સાચે આપણે વિચાર કરવાની જરૂર છે. જો આપણે જોઈએ ત્યારે પોતાની માટે એક કલાક નથી કાઢી શકતા તો આ બધું કોના માટે કરવું? આ પ્રશ્ન તમારા માટે પણ છે. આયુષ્ય એ હસતા રમતા જીવવાનું હોય છે. આયુષ્યમાં વધારે તણાવ લેવો જ નહીં. તેવો કોઈ પ્રસંગ આવ્યો તો વધુ સમય તે તણાવમાં રહેવું નહીં.

અહીં એક બાબત વિચાર કરવા જેવી છે. તે એટલે, આપણે પોતાની જે કંઈ હાડમારી કરીએ છીએ, તેના બદલામાં આપણને વેતન મળે છે કે? જો ન મળતો હોય તો તેમાં આવશ્યક તે બદલ કરવા જરૂરી છે. આમાં થોડો કષ્ટ જરૂર પડશે, પણ તમારું આગળનું આયુષ્ય મોટા અંશે તો સુખી થશે. હવે કષ્ટ લેવું અને આગળનું આયુષ્ય પોતાના શરત પર જીવવાનું, કે હવે ટંગળમંગળ કરીને દિવસ કાઢવાનો અને આગળ આયુષ્યભર ધક્કા ખાતા રહેવાનું. આ નિર્ણય સર્વસ્વી તમારો છે.

પણ એક બાબત સદા ધ્યાન રાખવા જેવી છે. એ એટલે, તમે રોજ કરતા હોવ એવી 'નોન સ્ટોપ' દોડધામ શા માટે કરવાની? જે માટે તમે સવારથી દોડધામ કરો છો, તે બાબત તમને યોગ્ય પ્રમાણમાં મળે છે કે? અને જો આ બેમાં ફરક હોય તો, ધ્યાન રાખો કે ક્યાંક ગણિત ચૂકાય છે. તે સમયસર સુધારો. કારણ કાટો વળેલા પગથી તે તેમ જ પગમાં લઈ, બહુ દૂર દોડતા નથી ફાવતું.

પોતાની ક્ષમતા ઓળખો- આયુષ્યમાં રહેલ ઘણો તણાવ ઓછો થશે.

૧૯. અંધારામાં ચાલવાનું શીખો.

લોકો આ જગમાં જુદા જ માર્ગ પરથી ચાલનારાઓને સલામ કરતા જોવા મળે છે, અર્થાત તેઓ યશસ્વી થયા પર. આવા લોકોની બાબતમાં તો, સમાજમાંનો એક સમૂહ, તે ક્યારે તમે નીચે પડો છો, એની આતુરતાથી રાહ જોતા હોય છે, અને તેઓનું નસીબ તેઓને આ તક અનેકવાર આપે પણ છે.

તમારે પણ તમારા આયુષ્યમાં કંઈક જુદું, કંઈક જબરદસ્ત કરવું હોય તો તમારે પણ આ માટે સર્વપ્રથમ માનસિક રીતે તૈયાર થવું પડશે. પણ તમે આમાં કેટલા દ્રઢ છો, કેટલા 'Consistent' છો, એની પર તમારા યશનું ગણિત અવલંબિત હોય છે.

ઠીક છે, આ પ્રકરણના શીર્ષક પરથી એટલે, 'અંધારામાં ચાલવાનું શીખો'- ઉપરથી તમારા મનમાં શું આવ્યું? અર્થાત તમારા આયુષ્યમાં જે જે કઠિન રસ્તા છે, પણ એ ચાલવા આવશ્યક છે, તેમાંની અનેક જગ્યાએ ઘણીવાર માર્ગ દેખાતો નથી. ક્યાં જવું સમજાતું નથી. આવા પ્રસંગ સૌના જીવનમાં આવે છે. પણ આ સમયે તમે માત્ર તમારું મનોબળ છોડો નહીં.તમને આમાંથી બહાર કાઢનાર સાધનો તમારી પાસે છે. થોડોક સમય કાઢીને પોતાનામાં ડોકાઓ. તમારી પાસે રહેલ અને પણ દબાયેલા નેસર્ગીક શક્તિનો વપરાશ કરીને આ રાહ પર ચાલવાની શરૂઆત કરો. આગળનો રસ્તો તમને રાહ કરી આપશે. તમારો માર્ગ તમારે જ કાઢવાનો છે. કોઈ આવશે અને

તમારી નાવડી ચલાવશે, આ આશા પર બેસી ન રહો. એમ ક્યારેય થતું નથી. જે જે લોકો આવી રાહ જોતા હોય છે, તેઓનો બળદ આયુષ્યભર નકામો રહે છે. લોકો આને જ નસીબ એમ કહે છે. ધ્યાન રાખો-

નસીબ ત્યારે જ કામ કરે છે, જ્યારે તમે કામ કરો છો.

અંધાર્યા રસ્તા પરથી દૂરદ્રષ્ટિ વગર ચાલી શકાતું નથી. આ રસ્તા પરથી ચાલવાનું સાહસ કરો. આગિયા, આકાશી ચંદ્રકો, ચંદ્રપ્રકાશ તમને રસ્તો બતાડવાનું કામ કરશે. કહેવાનો મુદ્દો એટલો જ કે, તમે ચાલવાનો નિર્ધાર કરો, વિચારમાં પાક્કા રહો, માર્ગ મળશે જ. અંધારી રાહ એ ખરા તો તમારા આયુષ્યમાં પ્રકાશ લાવનારી જ ઠરશે. ફક્ત તમારો નિશ્ચય જબરદસ્ત હોવો જોઈએ અને જે નક્કી કર્યું છે ત્યાં જલ્દી જ પહોંચવાની પ્રબળ શક્તિ તમારી નસેનસમાં હોવી જોઈએ. આવા કેસમાં નસીબ પણ આડું થવાનું સાહસ કરતું નથી. ફક્ત તમે ઓછા ન પડો. એટલે થયું.

અંધારાને બારીકાઈથી જોઈએ તો, અંધારું પણ રસ્તો બતાડવાની મદદ કરે છે.

*****

૨૦. લોકો તમને De-Motivate કરે છે કે?

એમ કહેવાય છે કે,

બીજા શબ્દોમાં કહીએ તો તમને નિરાશ કરનારા, તમારા મનમાં નકારાત્મક વિચાર ઉતપન્ન કરનારી બાબતો, મિત્ર, સગાસંબંધીઓ આવા લોકોથી જાણીને દૂર રહો. શક્ય હોય તો આવા માણસોના મોબાઈલ નંબર તમારા ફોનલિસ્ટમાંથી ડીલીટ કરો. આ કરવામાં, પોતાની પ્રગતિ માટે બેચેની જણાય છે. તમે જો આ પ્રયોગ કરવામાં યશસ્વી થયા તો તમારા પ્રગટ આયુષ્યની ચાલ હવે બની રહી છે એમ સમજો. પણ એક કહું છું મિત્રો, આ બહુ ઓછા લોકોને ફાવે છે અને જો તમે પણ જો આ કરી શક્યા તો તમે પણ એ ગણ્યાગાંઠ્યા લોકોમાં શામિલ થશો. જેઓ પોતાના ધ્યેય માટે જીવે છે, પોતાની શરતો પર જીવે છે અને તે જીતે જ છે.

આયુષ્યના રસ્તા પર ચાલતી વખતે આપણને અનેક લોકો મળે છે. તેમાંના કેટલાક આપણને ગમતા હોય છે તો કેટલાક અણગમતા. ગમતા એટલે જે આપણને કંઈક ને કંઈક મદદ કરે છે. આપણને યાદ કરે છે. આપણા હિતચિંતક હોય છે. પણ જેટલા આપણે જમીન પર હોઈએ, નાના હોઈએ આવાની સંખ્યા ઘણી ઓછી હોય છે. જેમજેમ આપણે મોટા થઈએ છીએ એમ એમ આ યાદી મોટી બને છે. (અર્થાત આ બધું તમારા સ્વભાવ ઉપર પણ અવલંબિત છે)

તમારી બાબતમાં પણ આમ ઘડે છે કે? કે લોકો તમને De-Motivate કરે છે. અથવા એમ કરવાનો પ્રયત્ન કરે છે કે? જો એનો ઉત્તર 'હા' એમ હોય તો, એના બે કારણો હોઈ શકે:

૧) તમે નક્કી જ એવું કંઈક કરી રહ્યા છો, જે તેઓની સમજણ બહારનું છે.

૨) તેઓને તમે તેઓ કરતા વધુ યશસ્વી થશો એનો ડર લાગે છે.

ઉપરોક્ત બન્ને પ્રસંગમાં માણસો પોતાના પોતે નક્કી કરેલ બાબત ન મેળવવા માટે પ્રવૃત્તિ કરતા જોવા મળે છે. અનેકવાર તો અવા લોકો આ કાર્ય માટે પોતાની તમામ તાકાત કામ પર લગાડતા જોવા મળે છે. જો આવા માણસો તમારા આજુબાજુમાં પણ હોય તો પોતાનું અભિમાન કરો. નિરાશ ન થાઓ. આવા લોકોમાં આપણાં સગાસંબંધીઓ હોવાની વધુ શક્યતા છે. જો આવા માણસો તમારા પણ જીવનમાં હોય તો, તેઓ કરતા દસ ઘણી સારા, સકારાત્મક માણસો શોધીને તેઓ સાથે મૈત્રી કરો. તેઓની મદદ લો અને આયુષ્યમાં આગળ વધો. તમને નિરાશ કરવા આવેલ માણસો તમારા આયુષ્યના દરેક અંતર પર મળશે, તેઓ સાથે વિવાદ ન કરો. તેઓ પાછળ ન પડો. અને તેઓને વધુ 'સીરીયસ' લો નહીં. આવા લોકોને જાણીને દુર્લક્ષિત કરો. તમે તમારી રાહે ચાલો. શક્ય હોય તો આવા માણસોને પોતાનો સમય ન આપો. આનાથી તમારો વધુ ફાયદો થશે.

આપકા દમ હી, આપકી પહેચાન હે!

*****

૨૧. તમે પૈસામાં ધ્યેય શોધો છો કે ધ્યેયમાં પૈસા?

એમ આ પ્રશ્ન તમારા જેવા અનેકોની ઊંઘ ઉડાવનારો છે. તમે પૈસામાં પોતાનું ધ્યેય શોધો છો કે? એમ કહેવા પર એકાદ ગુસ્સે ભરાયેલ બળદનું જોર શરીરે આવે અને તેને ઝટકી નાંખવું, આવું કરનાર ઘણાં મહાન લોકો મને મળે છે. સાચે પ્રશ્નની સાચી દિશા ન સમજવાથી અથવા સમજી ન લેવાથી આમ થાય છે. આ જ પ્રશ્નનો બીજો ભાગ એટલે, તમે તમારા ધ્યેયમાં પૈસા શોધો છો કે? આ પછી અનેકોને પ્રશ્ન પડે છે કે, જો મેં હજી મારા ધ્યેય જ નક્કી નથી કર્યા તો તેમાં પૈસા કઈ રીતે શોધીશ? અને આવા યજમાનોનો ઘોડો આગળ વધતો નથી.

ઠીક છે, કહેવાનો મુદ્દો એમ છે કે, તમે હાલ કરતા હોવ તે કામનો તમારો ઉદ્દેશ શું? આ પ્રશ્નનો 'પૈસા' આ ઉત્તર હોવાની શક્યતા વધુ છે. પણ માત્ર પૈસાને 'ફોકસ' કરવાથી તમારા મહત્ત્વના ધ્યેયો પાછળ રહેતા નથી ને? એ માત્ર જુઓ. માત્ર અનેક કેસેસમાં આવું થતું જોવા મળે છે. મને એમ લાગે છે કે, તમે જો તમારા ધ્યેયને પૂર્ણ 'ફોકસ' કર્યું તો, પૈસા એ તમારા માટે 'બાય પ્રોડક્ટ' હશે. અર્થાત એ માટે લાગનાર સમય અને કષ્ટ તમારે કરવા જ પડશે.

મિત્રો, એક ધ્યાન રાખો, તમારો ઉદ્દેશ માત્ર પૈસા હોય એ કામનું નથી. આમ કરવાથી તમને પૈસા મળશે, પણ એ પૂરતા હશે કે નહીં એ ન કહી શકાય. પૈસામાં ધ્યેય શોધનાર આ હાલ પૂરતી સુવિધા કરનારાઓમાંથી હોય છે. રસ્તામાં પૈસા તમારું સ્વાગત કરશે જ. પણ એમાં અટકો નહીં. તમે પૈસાનો વપરાશ કરતા શીખો, પૈસાએ તમારો વપરાશ ન કરવો જોઈએ. તમે પોતાના પર ધ્યાન રાખવા લાગ્યા કે આ બધું કરવું સહજ શક્ય થાય છે.

તમારા ધ્યેયનો રસ્તો, નક્કી કરીને ચાલો.

*****

૨૨. માનસિકતા બદલો, નસીબ બદલાશે.

મારી કંપની જ્યારે એકાદ ઉદ્યોજક માટે 'ઉદ્યોજકીય પ્રશિક્ષણ'નું કામ કરે છે ત્યારે તેમાં અનેક વિષય હોય છે. જેમ કે, સેલ્સ, માર્કેટિંગ, પ્રોફિટ, ટીમ, સ્ટ્રેટેઝી વગેરે..વગેરે. પણ એમાં એક વિષય હું ભૂલ્યા વગર લઉં છું એ એટલે તે ઉદ્યોજકની ઉદ્યોગ વિષયની માનસિકતા બદલવી અને હું તમને દ્રઢપણે કહી શકું કે, આ માનસિકતા જ સંપૂર્ણ 'ગેમ ચેંજ' કરે છે. એટલે હું કહું છું, 'તમારી માનસિકતા બદલો, નસીબ બદલાશે'

મારા 'ઉદ્યોજકીય પ્રશિક્ષણ' આ પ્રોફેશનના માધ્યમથી તો હું અનેક ઉદ્યોજકોની બાબતમાં આ કરવામાં સફળ થયો છું. આપણે પહેલા એમ સાંભળતા કે અમુક અમુક બાબત એ આપણા નસીબનો ભાગ છે. પણ હવે હું કહી શકું છું કે, સફળ ઉદ્યોજકતા એ તે ઉદ્યોજકની માનસિકતા પર આધારિત છે. ખરેખર જ જો તમારે આ સંદર્ભમાં નસીબ ઉજ્જવળ કરવું હોય તો પોતાની માનસિકતા પર કામ કરવું જરૂરી છે. આ માટે તમે શું કરશો? તો તમને તમારી માનસિકતા બદલવા ભાગ પાડનારી બાબત ચેતનરીતે કરી શકશો. તે પણ શક્ય તેટલા જલ્દી. હવે આમાં શું શું આવી શકે? તમને શું લાગે છે? વિચાર કરો.

ચાલો, આમાં હું પણ થોડી મદદ કરું.

૧) સૌથી પહેલા પોતાના આજુબાજુના લોકો બદલવા. એટલે શું તો સહજ આપણી આજુબાજુ આપણા કરતાં ઓછા યશસ્વી, ઓછા અનુભવવાળા, ઓછા હોંશિયાર, ઓછી સંપત્તિ હોય એવા, આવા ઓછું-ઓછું વાળાઓનો મોટો ગોટાળો જ હોય છે. તે જલ્દી જ રોકવો. ઓછો કરવાનો. શક્ય હોય તો બંધ કરવાનો. અને પોતાની માનસિકતા બદલવા સક્ષમ હોય એવા માણસોનું ટોળું આપણી આજુબાજુ ઉભું કરવું.

૨) યશસ્વી લોકોના ચરિત્રો વાંચવા.

૩) પ્રેરણાત્મક પુસ્તકો વાંચવા.

૪) સારાં વિડિયોઝ જોવા.

૫) સ્ફૂર્તિદાયક લોકોને મળવું

૬) સારાં ચિત્રપટ જોવા.

૭) તમારી માનસિકતા બદલવાની જાણ કરી આપનાર ભવ્ય વસ્તુ, જગ્યાની મુલાકાત લો.

૮) તમને ચાર્જ કરે એવા ગીત સાંભળો.

૯) આપણી માનસિકતા બદલી શકે એવી ટ્રેનિંગ પ્રોગ્રામમાં જાઓ.

૧૦) શક્ય હોય તો આપણને પ્રશ્ન પૂછનાર મેન્ટોર, કોચની નિયુક્તિ કરવી.

ઉપરોક્ત પૈકી જે-જે બાબતો તમને શક્ય હોય, તે-તે નક્કી કરો. આ તમામ કરવા જેવી છે. એનાથી તમારી આગળની રાહ નક્કી જ વધુ આશ્વાસક, વધુ ઉજ્જવળ, વધુ યશસ્વી થશે, એવી આશા છે. તે માટે ખૂબ ખૂબ શુભેચ્છા.

તમારી બદલાયેલી માનસિકતા, તમારું નસીબ બદલી શકે છે.

*****

૨૩. તમારી આદતો તમને તમારા ધ્યેય સુધી પહોંચાડવામાં સક્ષમ છે કે?

હા, તમે એકદમ યોગ્ય પ્રશ્ન વાંચ્યો છે. તમારી આદતો તમને તમારા ધ્યેય સુધી પહોંચાડવામાં સક્ષમ છે કે? મિત્રો, આ પ્રશ્નનો ઉત્તર આપવાની જરાય ઉતાવળ ન કરો. કેમ? તો વિચાર કરીને ઉત્તર આપતા, 'ના' એ જ હોવાની શક્યતા વધુ છે. આ હું અનુભવ પરથી કહી શકું છું. ઘણી ઓછી વખતે 'અંશતઃ હા' એવો ઉત્તર હોવાની શક્યતા હોય છે અને ઉપરોક્ત પ્રશ્નનો ઉત્તર 'હા' એમ હોય તો તમને આ પ્રકરણની જરૂર નથી.

ઠીક છે, આયુષ્યમાં જે કોઈ ગણેલી બાબતો તમારા આયુષ્યમાં, તમને ઘડવામાં મહત્વની ભૂમિકા ભજવે છે. તેમાં આદતોની વ્યાપ્તિ એ મોટી અને મહત્વની છે. એટલે જ એમ કહેવાય છે કે,

તમારી આજની આદત તમારું આવતીકાલનું ભવિષ્ય ઘડે છે.

તમારી આજની આદત જ , તમારી કાલ કેવી હશે, એ કહે છે. આપણને ફક્ત એ વાંચતા આવડવું જોઈએ. તમારી બેક એકાઉન્ટનું બેલેન્સ અને તમારી આદતોને નજીકથી સંબંધ છે, એમ કહેવાય છે. તમારા મિત્ર અને તમારી આદતોને નજીકથી

સંબંધ છે. આમ એક રિસર્ચ કહે છે. અને તમારી આદતો અને તમારું નસીબ/ ભવિષ્યને ખૂબ નજીકથી સંબંધ છે.

મિત્રો, તમે આજે જે-જે કરો છો, તે-તે તમારી સામે કાલે તમારું વર્તમાન બનીને તમારા આયુષ્યમાં અવતરવાનું છે. તમારી કાલની

આદતોને લીધે જ તમે આજે અહીં સુધી આવ્યા છો. જોઈએ તો તપાસી લો. એ સારા હતા કે, ખરાબ હતા. આની વાત આજે આપણે અહીં નથી કરવાના. ફક્ત એ તપાસવાના છીએ. મને લાગે છે એ તમે પોતે જ નિ:પક્ષપાતપણે કરવા જોઈએ.

હવે આપણે આ પ્રકરણનો બીજો અને મહત્વનો ભાગ જોવાના છીએ. એ એટલે, તમારી આદતો. એ તમારા ધ્યેય સુધી પહોંચવામાં મદદ કરનાર છે. તમારી આદતો એ તમારા ધ્યેયને પૂરક છે કે? તે તમારા ધ્યેય સાથે હાથ મળાવનાર છે કે? તેમ જ તે તમને તમારા ધ્યેય સુધી પહોંચવામાં સક્ષમ છે કે? જો આ પ્રશ્નનો ઉત્તર 'ના' હોય તો અત્યારે જ કામે લાગો.

"સર્વપ્રથમ તમારા ધ્યેય તપાસો.

◆ તે યોગ્ય હોય તો, તમારી હાલની આદતોનું લિસ્ટ કરો.

◆ તમારા ધ્યેયને પૂરક, પણ તમને હાલ ન હોય એવી આદતોની લિસ્ટ કરો.

◆ તે જાણીને કઈ રીતે અપનાવશે અથવા તે માટે તમને કોણ કોણ મદદ કરશે તે લખો.

◆ તેની પર ક્યારથી કામ શરૂ કરી શકાશે તે લખો. તે પ્રમાણે કામ કરો.

અર્થાત કમજોર આદતો તમને તમારા મજબૂત, ભવ્ય ધ્યેય સુધી પહોંચાડી શકતા નથી. તે માટે તમારે તમારી આદતો પર પ્રયત્નપૂર્વક કામ કરવું પડશે. તમારી બદલાયેલી આદતો તમને અંદર-બહારથી બદલ્યા વગર છોડશે નહીં, એ નક્કી.

આપકી આદતે હી આપકો બનાતી હે, ઉનકા ખાસ ધ્યાન રખે.

*****

૨૪. તમારા વિચારોમાં અને કૃતિમાં એકાત્મતા છે કે?

સામાન્યરીતે એમ જોવા મળે છે કે, આપણે વિચાર તો સારો કરીએ છીએ. પણ આપણા આયુષ્યમાં બહુ મોટો સકારાત્મક ફેર પડતો નથી. આપણે કાલે જ્યાં હતાં અને આજે જ્યાં છીએ, એમાં બહુ ફરક પડેલો હોતો નથી. મનમાં એક વિચાર આવે છે અને જાય છે, આપણે મનમાં ઘણું જ નક્કી કરીએ છીએ.પણ આયુષ્યના તાકામાં નવું માપ માત્ર પડતું નથી.આયુષ્યના કેલેન્ડર પર માત્ર દિવસ સરકી રહ્યા છે. વય રોજ વધી રહી છે. પણ આયુષ્ય એક જગ્યાએથી આગળ જતું નથી.

મિત્રો, ઉપરોક્ત મુદ્દો જો તમારા પણ આયુષ્યનો એક ભાગ હોય તો, ડરો નહીં. નિરાશ તો ન જ થાવ. કારણ એ મુદ્દો હાલ અનેકોના આયુષ્યમાં અવિભાજય ભાગ બનેલ છે. તમારે માત્ર આ મુદ્દાનો આજે જ નિકાલ કરવાનો છે. આ મુદ્દાને તમારે આજે જ ધક્કો મારવાનો છે. પણ આ બધું થવાનું છે-, તમે નક્કી કરો તો.

હવે આપણે આ પ્રશ્નના મૂળમાં જઈએ. અર્થાત આ સમસ્યાનું મૂળ છે- કાર્ય. કૃતિ તમને જગતના યશસ્વી માણસોના સમુદાયમાં સામેલ થવાની તક પ્રાપ્ત કરી આપે છે. વિચારમાં અને કૃતિમાં એકાત્મતા લાવનાર બહુ જ ઓછા લોકો આ જગતમાં છે. તમને તમારા કૃતિમાં અને વિચારમાં એકાત્મતા આ નવા ગ્રુપમાં સામેલ કરી શકે છે. આમ કરવાથી તમને તમારામાં અને બીજામાં રહેલ ફરક માત્ર સમજાશે અને દેખાશે. આ ફરક કુદરતી હોતો નથી. આપણે એ કાળજીપૂર્વક અને પ્રયત્નપૂર્વક નિર્માણ કરવો પડે છે.

તમારા વિચારમાં અને કૃતિમાં રહેલ એકાત્મતા, એ આમ હત્યાર છે, જે અનેક અપયશો પર અચૂક અને પ્રભાવી વાર કરી શકે છે. પ્રત્યક્ષ કૃતિમાં ઓછું પડવાના જુદાં જુદાં કારણો હોઈ શકે. જેમ કે-

- આળસ

- આરંભિક શૂરતા

- બીજા પાસેથી યોગ્ય મદદ ન મળવી.

- આજુબાજુમાં યોગ્ય વ્યક્તિનો અભાવ.

- અપયશનો ડર.

- આત્મવિશ્વાસનો અભાવ

- ફક્ત વિચાર કરવા પર જ ભાર આપવાનું ગમવું વગેરે.

ધ્યાન રાખો. વિચાર અનેક લોકો કરે છે, માત્ર કૃતિમાં પાછા પડીએ છીએ. તમે માત્ર આનો ફાયદો લો. કાર્યમાં અગ્રેસર રહો. તે જ તમને જીતાડશે. તમારો જયજયકાર ફક્ત તમે સ્વીકારેલ કૃતિથી જ થશે. તમારા વિચારમાં અને કૃતિમાં એકાત્મતા હોવી એ જ તમારા વિજયનું સૂત્ર છે. તેને આત્મસાત કરો. પછી જુઓ તમારા આયુષ્યમાં જે ચમત્કાર થાય તે. અને લોકો ચમત્કારને જ નમસ્કાર કરે છે બરાબરને?

તમારી કૃતિ જ તમને અન્યો કરતાં જુદા પાડે છે.

*****

૨૫. તમારા આજુબાજુના માણસો, તમારા કરતાં મોટા છે કે?

તમને તમારા આયુષ્યમાં સૌથી વધુ પ્રભાવિત કરનારી અને તમને જાણતા-અજાણતા, તમને તેનું અનુકરણ કરવા મજબુર કરનારી બાબત એટલે, તમારા આજુબાજુના માણસો. હા માણસો. તેથી તેની સમજણપૂર્વક તમે નિયુક્તિ કરો. હું મારા 'બિઝનેસ કોચિંગ'માં તો તે ઉદ્યોજકોને યોગ્ય માણસોને પોતાનાથી જોડવાની અસાઈમેન્ટ જ આપું.

એમ કહેવાય છે કે, જો તમારી સંપત્તિ કેટલી? આ જાણી લેવું હોય તો તે સાધારણરીતે તમારા નજીકના પાંચ મિત્રોની સંપત્તિની સરાસરી એટલી હોવાની શક્યતા હોય છે. તમારો યશ પણ તમારી સંપત્તિ પર અવલંબિત હોય છે. તમારી ઓળખ તમારા મિત્રો પરથી નક્કી થાય છે. આ જો તમને ખબર હોય તો, તમે આજસુધી આટલા ગાફેલ કેમ? મારે તમારી હાલની મૈત્રી વિશે નથી બોલવું. મારે તમારા યશ વિષયે, ભવિષ્ય વિષયે બોલવું નક્કી જ ગમશે. મારે નક્કી શું કહેવું છે એ માત્ર તમારા ધ્યાનમાં આવ્યું હશે.

અનેક ઉપાય કરીને પણ હજી કહેવું એટલું યશનું માપ, જો તમારી ઝોળીમાં પડ્યું હોય તો આ ઉપાય ત્વરિત કરી જુઓ. તમારા આજુબાજુના માણસો બદલો. તમારા કરતા યશથી, શિક્ષણથી, અનુભવથી, જ્ઞાનથી મોટી હોય એવી વ્યક્તિઓ, ઉદ્દેશપૂર્વક તમારા મૈત્રીના પાર્કમાં હોવા દો. તમારી વિચારધારા, કામ કરવાની પદ્ધતિ અને દ્રષ્ટિકોણ આથી બદલ્યા વગર રહેશે નહીં. તમારું આયુષ્ય ખરા અર્થથી બદલાશે. એ નક્કી.

સામાન્યરીતે માણસને માન આપનાર લોકોમાં રહેવાનું ગમે છે. આપણું સન્માન કરનાર, આપણો આદર કરનાર માણસો આપણે હેતુપૂર્વક શોધીએ છીએ. તેઓમાં રમીએ છીએ. કારણ માણસ એ સ્તુતિપ્રિય છે. પણ આવા કલ્પમાં આપણી પ્રગતિ

રૂંધાય છે. એમ કહેવાય છે કે, જે લોકોના સમૂહમાં આપણે સૌથી વધુ હોંશિયાર હોઈએ છીએ, તે સ્થળ આપણી પ્રગતિ માટે સૌથી હાનિકારક હોય છે. જો તમે પણ આવા સ્થળે હોવ, તો સમયે જ સાવધ થાવ. પોતાની જગ્યા બદલો. તમારા કરતા હોંશિયાર માણસો શોધો. તેઓના સાંનિધ્યમાં રહો. તેઓમાંની કઈંક અનોખી બાબત આત્મસાત કરો. ખૂબ આગળ જશો. ખૂબ મોટા થશો. અને મોટા માણસો સૌને ગમે છે.

તમારા આજુબાજુના માણસો જ તમને ઘડે છે.

*****

૨૬. તમે નવાં માણસો સહજ જોડી શકો છો?

માણસના આયુષ્યના ૭૦-૮૦ ટક્કા પ્રશ્ન એ એક જ બાબત થકી સારી રીતે ઉકેલી શકાય છે અને એ બાબત એટલે, તમે તમારા સંપર્કના વ્યક્તિઓ સાથે કેવી રીતે વર્તો છો? આયુષ્યમાં મોટા થવા શું જોઈએ તો- યોગ્ય માણસો. તે માટે જ તમારી પાસે માણસો સહજ જોડવાની કલા હસ્તગત હોવી જરૂરી છે.

તપાસીને જુઓ કે- તમને આ કળા સહજ ફાવે છે કે? અને જો ન ફાવતી હોય તો જલ્દી આ પર કામ કરો. જો આનો ઉત્તર 'હા' એમ હોય તો, તમને જોઈએ તે યશ પ્રાપ્ત કરવાથી તમને કોઈ રોકી શકતું નથી. સારાં માણસોને આપણી સાથે સહજ જોડવા એ એક મહત્વની અને મોટા યશ માટે આવશ્યક એવી કલા આત્મસાત કરવા માટે શક્ય તે તમામ માર્ગનું અવલંબન કરો. આ કલામાં જલ્દી જ તરબોળ થાવ. ધ્યાન રાખો આ એક દુર્લક્ષ ન કરાય એવો ગુણ છે. નવા માણસો સહજ જોડવા અને જોડેલ માણસો ટકાવવા, આ માટે સાચે જ જુદું રસાયણ જોઈએ. અને મહત્વનું એટલે એ પ્રયત્નથી જામી શકે. ફક્ત આપણે તેને કાળજીપૂર્વક કરવું જોઈએ.

માણસો જોડતી વખતે તે તમને તમારી પ્રગતિમાં 'પ્રત્યક્ષ અથવા અપ્રત્યક્ષ' મદદ કરશે, આવાને પ્રાધાન્ય આપો. જેઓની તમારા સાથે રહેવાથી તમને 'જ્ઞાન', 'તક' અથવા ઉદ્યોગના માધ્યમથી 'પૈસા' મેળવી શકાય છે આવા લોકોને પ્રથમ પસંદ કરો.

માણસો જોડવાની કલા એ એક કલા હોવા છતાં ખરી કસરત તેઓને આપણા આયુષ્યમાં ટકાવવાની છે. અહીં જ તમારા ગુણની, ધૈર્યની અને હોંશિયારીની ખરી કસોટી જોઈએ. સાથે જોડવું એ તે માનથી સરળ હોવા છતાં તેઓને ટકાવવામાં ઘણું જ કષ્ટ લાગે છે. પણ આ એક પ્રવાસ છે એમ મને લાગે છે. તેવો આ જિગરનો પ્રવાસ સૌને ફાવતો નથી. એ પણ એટલું જ સત્ય છે. પણ જેને આ ફાવે છે, તેઓનો હાથ આગળ કોઈ પકડી શકતું નથી.

ધ્યાન રાખો. આયુષ્યનું તમામ ગણિત એક જ સૂત્રથી છૂટતું નથી. જેમ જેમ સમય સરકે છે, તેમ તેમ ગણિત બદલાય છે. અને તેઓને ઉકેલનાર સૂત્ર પણ. પણ બધી જગ્યાએ માણસો એ મહત્ત્વની ભૂમિકા ભજવે છે. તે જોડો, તે ટકાવો અને વધારો.

યોગ્ય માણસો જોડો - અપયશ તોડો.

*****

૨૭. યોગ્ય સંવાદ કૌશલ્ય - પરીણામકારક કામ

મિત્રો, આયુષ્યમાં આગળ જવું હોય તો, આપણે સતત સારાં કામ કરતા રહેવું પડે. પણ આજના સમયે માત્ર સારા કામ કરીને ચાલતું નથી, તો કરેલ કામ તમારે યોગ્ય પદ્ધતિથી, પરીણામકારક પદ્ધતિથી લોકોને કહી શકાવું જોઈએ. તેઓ સુધી પહોંચી શકાવું જોઈએ. આમ જો તમને પ્રભાવીપણે કરતા ફાવ્યું તો જ, તમે આજના આ સ્પર્ધાત્મક જગતમાં ટકી શકો. જો તમે આ સ્પર્ધામાં ટક્યા તો જ તમે આગળ જીતી શકો.

પરીણામકારક સંવાદ કૌશલ્ય એ આજના ગતિશીલ સમાજની યશ માટેની પ્રાથમિક જરૂર છે એમ મને લાગે છે. મને સમજાય છે. ખબર પણ છે. પણ આ જ જો સામેના માણસને યોગ્ય પ્રકારે સમજાવી શકાય નહીં તો, તમારી પ્રગતિને, પરિણામને (રિઝલ્ટ) મર્યાદા આવે છે. તેથી આપણા વ્યક્તિગત અને વ્યાવસાયિક આયુષ્યમાં ઘણી પ્રગતિ થતી જોવા મળતી નથી. પછી અમે ભગવાન અને નસીબને દોષ આપીએ છીએ. સાચે તો તેનો તેમ દૂર દૂર સુધી સંબંધ નથી.

બીજા શબ્દોમાં કહીએ તો, પરીણામકારક સંવાદ કૌશલ્ય તમારા પ્રગતિનું પ્રવેશદ્વાર છે, એમ મને લાગે છે. તેથી જ તેની પર કાળજીપૂર્વક કામ કરવું જરૂરી છે. હું તો મારા 'ઉદ્યોજકતા વ્યવસાય પ્રશિક્ષણ' નિમિત્તે અનેક ઉદ્યોજકોને સતત મળતો હોઉં છું. તેમાં પણ આ બાબત જણાઈ કે તે ઉદ્યોજક ૧૦-૨૦ વર્ષથી ઉદ્યોગમાં હોય છે, પણ તેનું સંવાદ કૌશલ્ય શૂન્ય. આમ અનેકોની બાબતમાં છે. ઠીક છે! તમારી બાબતમાં તો એમ નથી ને? હોય તો હાથના તમસમ કામ બાજુમાં મુકો અને તમારું સંવાદ કૌશલ્ય સુધારવા માટે જરૂરી તે બાબત જલ્દીથી જલ્દી અમલમાં લાવો. આ માટે પુસ્તકો, વિડિયોઝ, ટ્રેનિંગ પ્રોગ્રામ તમને મદદ કરી શકશે. શક્ય હોય તો પર્સનલ કોચની નિયુક્તિ કરો.

પરીણામકારક સંવાદ કૌશલ્ય, તમને યશની પાસે જલ્દી પહોંચાડે છે.

૨૮. તમે પોતાનું મૂલ્યમાપન કરો છો કે?

આ પ્રશ્નનો 'ના' એમ ઉત્તર સાંભળવાની મને આદત જ થઈ ગઈ છે. પણ તમારી બાબતમાં માત્ર આનો ઉત્તર જુદો હોય એવી મારી અપેક્ષા છે. ન હોય તો આજથી તેની તૈયારીમાં લાગો. એક ધ્યાન રાખો- સારા કામની જ્યારે શરૂઆત થાય છે એજ સાચું મુહૂર્ત.

પોતાનું મૂલ્યમાપન એટલે શું? તો તમે જ કરેલી તમારી તપાસણી. એ આશરે દર મહિને તો કરવી, શક્ય હોય તો પ્રત્યેક સપ્તાહે કરવી. દર ત્રણ મહિને, દર છ મહિને અને દર વર્ષે કરવી, શકય હોય તો ગયા વર્ષના તે જ ત્રણ મહિને, છ મહિને અને ગયા વર્ષની માહિતીથી તુલના કરવી. આમ કરવાથી તમને જગાડનારી અનેક પ્રકારની ખરી માહિતી તમારા સામે આવશે અને આથી તમને આગળનો પ્લાન સારી રીતે કરતા ફાવે. અને આના પરિણામ એ આશ્ચર્યજનક ઠરનાર છે.

હવે આ મૂલ્યમાપન કાર્યક્રમમાં શું-શું હોવું જોઈએ? તેનું સ્વરૂપ કેવું હોવું જોઈએ? એવો પ્રશ્ન સહજ જ તમારા મનમાં ડોકાયો હશે. તે માટે આગળની કેટલીક બાબત પાળો.

"તમારું પોતાના વિષયે જ મૂલ્યમાપન આ પ્રત્યેક મહિનાના છેલ્લી તારીખે અથવા પ્રત્યેક મહિનાની પાંચમી તારીખે અગાઉથી થવું જોઈએ.

◆ તે સાધારણરીતે એક કલાક ચાલવું જોઈએ. શક્ય હોય તો એની કરતા વધુ વખત લો નહીં. આમ કરવાથી તે ટ્રેક છૂટવાની શકયતા વધુ હોય છે. શક્ય હોય તો મહિનાનો સમય પણ સરખો જ હોવો જોઈએ. ઉદા. ૫ થી ૬ સંધ્યાકાળે.

◆ આવા સમયે કટાક્ષથી એકલા જ હોવું.

◆ પોતાના મૂલ્યમાપન માટે શાંત જગ્યાની પસંદગી કરો.

◆ કામની ગાઈ-ગરદીમાં મૂલ્યમાપન કરવાનું ટાળો.

◆ આ કાર્ય માટે શક્ય હોય તો એક જ બુક/ ડાયરીનો ઉપયોગ કરો. પ્રત્યેક સમયે નવા કાગળનો વપરાશ કરવાનું ટાળો. આમાં પ્રમુખ રીતે આ મહિનાના કામની પ્રાથમિકતા અને ગયા મહિનામાં નક્કી કરેલ, પણ કંઈક કારણવશ પૂર્ણ ન થયેલ કામની યાદી કરીને, તેની પર મંથન જરૂર કરવું. ટૂંકમાં આગળના ત્રીસ દિવસનો 'એક્શન પ્લાન' તૈયાર કરીને તે અનુસાર કામ કરવું અપેક્ષિત છે.',

સમયે સમયે પોતાનું પોતે જ કરેલ મૂલ્યમાપન, તમારું મૂલ્ય ખરેખર વધારે છે.

*****

૨૯. તમારી કિંમત વધે છે કે?

ખરેખર ૨૮માં વિચારનો આગળનો ભાગ એટલે જ આ પ્રશ્ન. તમારી કિંમત વધે છે કે? જો તમે ૨૮માં પ્રશ્ન પર કામ કર્યું તો આ પ્રશ્નનો ઉત્તર નક્કી 'હા' એમ આવી શકે.

બીજા શબ્દોમાં કહીએ તો, તમે જીવંત હોવ તો તમારી કિંમત વધવી જ જોઈએ. અને ન વધતી હોય તો કેમ વધે એની પર વિચાર મંથન કરીને તે અનુસાર કામ કરવું જરૂરી છે. હવે તમારા પૈકી કેટલાકના મનમાં આ વિચાર આવી શકે કે પોતાની કિંમત કઈ રીતે વધારવી? આગળ જોઈએ.

સમજો તમારો એક પ્રોડક્ટ છે. તેની કિંમત ૧૦૦ રુપિયા છે, જો એની કિંમત ૨૦૦ કરવી હોય તો તમે શું કરશો? અર્થાત તેમાં કેટલીક વેલ્યુ, ફીચર્સ, બેનિફીટ્સ એડ કરશો. હા, આ જ તમારે પણ તમારા આયુષ્યમાં કરવાનું છે. હવે કાળજીપૂર્વક તમારામાં કેટલાક વેલ્યુ એડ કરવાના છે, તમારામાં કેટલાક જબરદસ્ત ફીચર્સ એડ કરવાના છે. તમારામાં કેટલાક નવા બેનિફીટ્સ એડ કરવાના છે. આમ થયું તો જ તમારી કિંમત વધી શકશે.

તમે પોતાને એક બ્રેન્ડ તરીકે ટ્રીટ કરો. બ્રેન્ડ સાથે બ્રેન્ડ જેમ જ વર્તવું.

જો તમે પોતાની કિંમત કરી, તો જ જગ તમારી કિંમત કરે છે.

અને વધતી રહેલ કિંમત જ તમને એક મૂલ્યવાન વ્યક્તિ બનાવી શકે છે.

તમારી કિંમત વધારવી હોય તો, તમે જે કાલે હતા એ જ આજ ન હોવા જોઈએ. આજે તમારું નવું વર્ઝન હોવું. આજે તમે +૧ હોવું જોઈએ. તે માટે તમારે પોતાની પર કાળજીપૂર્વક કામ કરવું પડશે. હવે તમારે આ માટે શું શું કરી શકશો? તો આ માટે તમે નીચે આપેલ કેટલીક બાબતોનો ઉપયોગ કરી શકો. જેમ કે-

- તમારા કરતાં વધુ યશસ્વી લોકોની મૈત્રી કરો.

- સારાં પુસ્તકો વાંચો.

- વિડિયોઝ જુઓ.

- ટ્રેનિંગ લો.

- વ્યક્તિગત કોચ નીમો.

- આયુષ્યમાં નવા ચેલેન્જીસ સ્વીકારો.

- પ્રોફેશનલ ડ્રેસિંગનો ઉપયોગ કરો.

- આયુષ્યમાં નવી બાબતો શીખો.

- કામમાં નવા તંત્રજ્ઞાનનો ઉપયોગ કરો.

તમારી કિંમત વધારનાર અને વધ રાખનાર બાબતો અમલમાં લાવો. તેનો વપરાશ કરો. પોતાને મોટા કરો. યશસ્વી થાવ.

આપણી કિંમત આપણે જ વધારવી પડે. તે માટે તમે બીજાની રાહ જોતા ન બેસો.

*****

30. તમે આયુષ્ય સાથે જીવો છો?

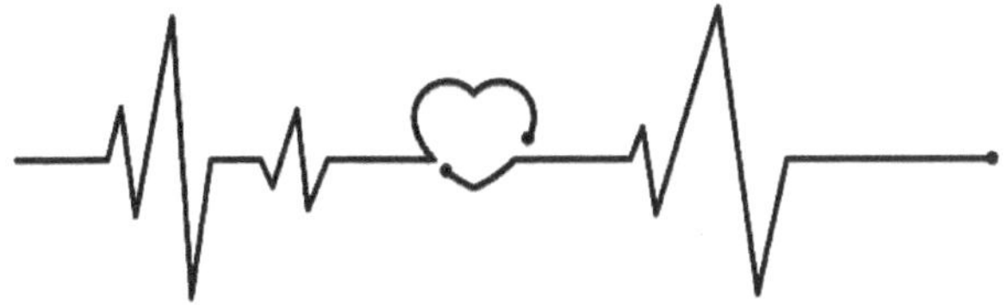

તમે તમારું આયુષ્ય સાથે જીવો છો કે? હા ખરેખર તમને અંતર્મુખ કરતા કરનાર પ્રશ્ન છે. આ પ્રશ્નથી મૂક થનાર અનેક મન માં વાંચેલ છે. આયુષ્ય જીવવાના પ્રત્યેકના સૂત્રો જુદા હોઈ શકે. પણ એની વ્યાખ્યા લગભગ સરખી જ. આપણાપૈકી એકાદાને તેનું ગમતું સંગીત સાંભળવું એટલે જીવન જીવવું. તો બીજા માટે આપણા નાના છોકરા સાથે રમવું એટલે જીવન જીવવું. એમ ત્રીજાની બાબતમાં - ક્રિકેટ રમવું, ટેબલ ટેનિસ રમવું, ફરવા જવું, ગિટાર વગાડવું, ટહેલવા જવું, પુસ્તકો વાંચવા, નવીન ખાદ્ય પદાર્થનો મનથી સ્વાદ લેવો ઇત્યાદિ ઇત્યાદિ એટલે જીવન જીવવું.

માત્ર અનેકોની જીવન જીવવાની વ્યાખ્યા તેમનું કોલેજનું જીવન પૂરું થયા પછી બદલાય છે. જેમજેમ આપણે મોટા થઈએ છીએ, તેમતેમ આપણે આપણા રોજના દોડ-ભાગમાં જીવી જાણે છે. અનેક સમસ્યાનું, અપેક્ષાનું પોટલું પીઠ પર લઈને સતત કઈંક તો, આપણા હાથે ક્યારેય ન મળનાર, અદ્રશ્ય બાબત પાછળ દોડતો હોય છે, તે ન રોકાવા માટે જ.

આયુષ્યના એકાદ વળાંક પર આપણા ધ્યાનમાં આવે છે કે, આપણે ઉંમરથી અંતર કાપતાં આગળ નીકળી ગયા છીએ, પણ આયુષ્ય માત્ર જીવવાનું રહ્યું, તે પાછળ ક્યાંક રોકાતા, એકદમ બંધ પડેલ ઘડિયાળ જેમ જ. આગળ બસ દિવસ સરતા ગયા, કેલેન્ડરની તારીખો બદલાઈ, પણ આપણે જ નહીં.

હવે માત્ર આપણે નક્કી કરવાનું કે, આપણી ઉંમર કંઈપણ હોય, આપણે જે કંઈ હોઈએ. આપણા આયુષ્યનો મનમુરાદ આનંદ છે તે સ્થળે, છે તે સ્થિતિમાં લેતા શીખવું જોઈએ. ફક્ત તેનો અતિરેક નહીં. આયુષ્યમાં વધ્ુ 'સીરીયસ' ન થાવ. સાદી

સરળ, નાની નાની બાબતમાં આનંદ શોધો. નક્કી મળશે અને આનંદ એ વધુ સ્વસ્ત છે બરાબર ને. ફક્ત આપણને તે લેતા આવડવો જોઈએ. આ પછી આપણે નક્કી કરવું પડશે કે આપણે ફક્ત કામના, પૈસાના અથવા યશના પાછળ લાગવું નથી, કારણ જેની પાછળ આપણે પડીએ છીએ તે જલ્દી મળતું નથી. અને આ બધામાં આયુષ્ય પછી જીવીશું કહ્યું એટલે તે ક્યારેય બનતું નથી. માણસથી માત્ર અત્યારે જ જીવી શકાય છે. આ જ ક્ષણે. કાલની પ્રાથમિકતા એ આપણાથી આજે નક્કી થઈ શકતી નથી. અને તે નક્કી કરવાના ફંદામાં પણ પડો નહીં.

આજે જે જે બાબત કરવી આપણાં માટે શક્ય છે, તે તે આજે જ કરવી જરૂરી છે. આયુષ્ય જેટલું આજે જીવી શકાયું તેટલું આજે જ જીવો. આયુષ્યની મજા લેવાનું શીખો. સુખ દુઃખ સાથે તો પ્રત્યેકના આયુષ્યનો અવિભાજ્ય ભાગ છે. તેને વધુ મહત્વ દેવાની જરૂર નથી. તમે જ તમારું આયુષ્ય જીવવાની વ્યાખ્યા નક્કી કરી લો અને તે અનુસાર જીવો. શરૂઆત એકદમ નાની નાની બાબતથી કરો. જેમ કે છોકરાં સાથે આઈસ્ક્રીમ ખાવો, રજાના દિવસે સવારે એક કલાક રમવા જવું, કુટુંબ સાથે એક સાથે પિક્ચર અથવા નાટક જોવા જવું, વગેરે વગેરે.. ધ્યાન રાખો - પ્રત્યેક

આશા નિરાશાની રમત તમે માની તો જ. આયુષ્ય એ જીવવાનું હોય છે. તેનો મનમુરાદ આનંદ લેવાનો હોય છે. નહીંતર તે પીગળે છે, એકદમ આઈસ્ક્રીમ જેમ જ.

પરમેશ્વરે તમને આ આયુષ્યનો આનંદ લેવા માટે જ પૃથ્વી પર મોકલ્યા છે. તે સમયે જ લો.

*****

૩૧. તમારા સ્નેહસંબંધો જીવંત છે કે?

મિત્રો, તમારા સ્નેહસંબંધો જીવંત છે કે? એ કરતા તમે તમારા સ્નેહસંબંધ 'ચાર્જ' કરો છો કે? એમ કહેવું મને વધુ ગમશે. ઉપરોક્ત પ્રશ્ન તમને વાંચવામાં ભલે વિચિત્ર લાગશે પણ એ ખૂબ બોલકો અને મહત્ત્વનો છે.

આજના ધકાધક્કીના, દોડ-ધામના અને સ્પર્ધાત્મક જીવનમાં સ્નેહસંબંધ તરફ જાણતા અજાણતા આપણું દુર્લક્ષ થાય છે, એ આપણે માનવું જ રહ્યું. શહેરમાં તો એ સાહજિક થતું હોવા છતાં તે સ્વીકારવા લાયક નથી. આજે તો એને આપણા દોડતા જીવન સાથે, ઇત્તર ઘણી બાબતો પણ હસ્તધૂનન કરતા જોવા મળે છે. જેમ કે નાની કુટુંબ પદ્ધતિ, હાલની ખોટી રહેવાની પદ્ધતિ, સોશિયલ મીડિયાનો વપરાશ, મોબાઈલ-ટીવીનો વધતો વપરાશ, સંસ્કાર શૂન્ય થતી / અપનાવેલ જીવન રીત, અને અનેક જગ્યાએ ચાલી રહેલ 'વાપરો અને વિસરો' કાર્યપદ્ધતિ. વગેરે.. વગેરે..

ઠીક છે, સ્નેહસંબંધ વિશે એમ કહેવાય છે કે, કોઈપણ સમસ્યા ઉકેલવા 'માણસો (કૌશલ્ય) અથવા સમય અથવા પૈસા' લાગે છે. ઘણીવાર આપણે એકાદને

ઓળખતા હોઈએ છીએ. પણ તે ઓળખીતા માણસ સાથે આપણા સ્નેહસંબંધ સારા હોય એ શક્ય નથી. સ્નેહસંબંધ એ કોના કોના સાથે સારા હોવા જોઈએ? તો પતિ-પત્ની, મા-બાપ, છોકરા, પાડોશી, સગાસંબંધી, મિત્ર, ગ્રાહક, ભાગીદાર વગેરે. વગેરે..

અનેક જગ્યાએ તો તમારા સ્નેહસંબંધ જીવંત હશે પણ, એમાં જીવ જીવે છે એ કહેવું મુશ્કેલ. તે જો પૂનઃજીવિત કરવા હોય તો, હું કહીશ કે તમે તમારા સ્નેહસંબંધ 'ચાર્જ' કરવાની શરૂઆત કરો. આ માટે તમારે શું કરવાનું છે, તો આ માટે તમારે થોડો સમય કાઢવો પડશે. કારણ એકવાર પૈસા આપનારને માણસ ભૂલે છે, પણ આપણને સમય આપનારને માત્ર ભૂલતો નથી. તો જે સંબંધ તમારે 'ચાર્જ' કરવાનો છે, તે માટે નક્કી કરીને સમય લો. તેની વિચારપૂછ કરો. તેઓને પ્રત્યક્ષ મળો. એઓ સાથે ગપ્પા મારો. શક્ય હોય તો પ્રસંગ અનુરૂપ અને બજેટ અનુસાર તેઓને ભેટવસ્તુ દેવાનો પ્રયત્ન કરો. તે મોંઘા હોવા જોઈએ એમ નથી. પ્રેમથી એકદમ ફૂલોનો ગુચ્છ પણ ચાલે. વચ્ચે વચ્ચે એમ કરવું. ક્યારેક ફોન પર વાત કરવી. વાત કરવાની કહું છું. મેસેજ ન કરવો. એમ કરવાથી તમારો એ વ્યક્તિ સાથે 'કનેક્ટ' રહે છે. તમે 'કનેક્ટ' હોવાથી તમારા સ્નેહસંબંધ 'ચાર્જ' થતા રહે છે. અને ચાર્જ થયેલ સંબંધ જીવંત રહે છે.

તમારી પ્રગતિનો 'પાસવર્ડ' તમારા સ્નેહસંબંધ છે.

*****

૩૨. ગરજ કે ઈચ્છા?

સુપરમાર્કેટ, બિગ-બઝાર, ડી-માર્ટ અથવા આવા પદ્ધતિના શોપિંગ માર્કેટમાં આપણી ફેમિલી સાથે હોઈએ ત્યારે અચૂક થતો અનુભવ એટલે, માત્ર અપેક્ષા કરતા સસ્તા અને એકાદ સારા ઓફરની પાછળ, વધુ વસ્તુની કરેલ ખરીદી. આગળ એ બાબતો આપણા ઘરમાં અનેક દિવસ તેમ જ પડ્યા રહે છે. અને આપણને ખાસ જરીને (પુરુષોને) પ્રશ્ન થાય છે કે, ખરેખર આ વસ્તુની ખરીદીની જરૂર હતી કે? આમ કરવું એટલે જ તેઓના ગોડાઉનની વસ્તુ આપણા ઘરમાં તેઓને પૈસા આપીને , રાખીને લેવા જેવી છે. નહીં કે?

આ પરથી એક પ્રશ્ન મને હચમચાવી ગયો કે, આપણા પણ આયુષ્યમાં આવા અનેક બાબતો હોય છે કે, ખરેખર તે છે કે? આનો ઉત્તર બહું દિલાસો આપનાર નથી હોતા. અથવા ઘણીવાર એ માત્ર ભાવનાત્મક હોય છે. તેની જરૂર હોય જ છે એવું હોતું નથી. તેથી એમ કહેવાય છે કે,

પ્રવાસમાં અને આયુષ્યમાં વજન ઓછુ હોય તો જલ્દી આગળ જઈ શકાય છે

તમારી પાસે રહેલ અનેક બાબતમાં એમ હોઈ શકે છે. જો એમ હોય તો, પોતાને પ્રશ્ન પૂછો કે, આ વસ્તુની ગરજ છે કે માત્ર ઈચ્છા? અને જો ગરજ હોય તો જ એ તમારી યાદીમાં રાખો. કારણ માત્ર ઈચ્છા એ ઘણીવાર વ્યવહારિક હોતી નથી. એક પ્રસિદ્ધ કહેવત છે, જો તમે બિનજરૂરી બાબત વેચાતી લેવા પોતાનો પૈસો વેડફ્યો તો, એક સમય એવો આવશે કે તમારી પાસે જરૂરી વસ્તુ લેવા પૈસા વધશે નહીં. તમે માત્ર તમારી ગરજ ઉપર ધ્યાન કેન્દ્રિત કરો. ન જોઈતી વસ્તુને બાય બાય કરો.એક ધ્યાન રાખો. તમારી જરૂર એ તમારી ઈચ્છા હોઈ શકે, પણ તમારી ઈચ્છા એ તમારી ગરજ હોય જ એમ નથી, અને આ બન્ને વચ્ચેનો ફરક સમજવો એ જ સાચું શાણપણ હોય.

તમારી ગરજ જ તમને ઘડે છે.

33. મારામાં રહેલ ભિન્નતાને હું ઓળખું છું કે?

એકવાર શાળા- કોલેજ પૂર્ણ થયા પર, ખરેખર રોજની દોડધામમાં પોતાને ઓળખવાનું રહી જાય છે. શાળા-કોલેજમાં જો આપણે એકાદના પ્રેમમાં પડેલ હોઈએ છીએ તો, આવા સમયે આ આપણને જુદું કહેવું પડતું નથી.

ઠીક છે, આજના આ ગરદીમાં શામેલ થવા વધુ મગજ જોઈતું નથી. પણ જો આપણે પણ તે જ ગરદીમાં શામેલ થશું તો આપણા અસ્તિત્વની કોઈ કિંમત રહેશે નહીં. આપણી કિંમત જો ઈત્તર કરતા જુદી, ઈત્તર કરતા વધુ હોવી જોઈએ આમ જો તમને લાગતું હોય તો તેને એક જ પર્યાય છે અને એ એટલે, તમારામાંનુ ભિન્નપણું ઓળખવું. તે તમારે પ્રયત્નપૂર્વક કરવું પડશે. તે વધારવું પડશે. તમારુ એ ભિન્નપણું ઉપયોગમાં પણ લાવવું પડશે. તો જ તમે સામાન્યની ગરદીમાંથી, અસામાન્યની પંગતમાં બેસી શકશો. તે માટે તમે આ પુસ્તકમાં આપેલ અનેક બાબતોનો ઉપયોગ કરી શકશો. જો તમારે ઈત્તર કરતા બે હાથ આગળ રાખવા હોય તો પોતાનું ભિન્નપણું ઓળખવું પડશે. તેને પર્યાય નથી.

જુઓ ને, એક જ કંપનીમાં ૮-૧૦ કલાક કામ કરનાર માણસ, મેનેજર અને સી. ઈ. ઓનો પગાર જુદો હોય છે. તેમને મળનાર સુવિધાઓ પણ જુદી હોય છે. આપણે પણ આપણામાં રહેલ ભિન્નપણું ઓળખ્યું તો આપણને અત્યારે મળનાર અનેક બાબતો હજી સારા અને મોટા પ્રમાણમાં મળી શકશે. તેને ગરજ છે ફક્ત, થોડું આપણે જ આપણી તરફ ધ્યાનપૂર્વક જોવાની અને પોતે જ પોતાને ઘડવાનો બીડો ઉપાડવાની. આ દાવ કદાચ એકલાના ફુળનો પણ હોઈ શકે. પણ આજના ઘડીમાં તમારે જ તમારી પ્રગતિના પ્રવાસની મશાલ ધગધગતી રાખવી પડશે. તે માટે તમારે અનેક બાબતની આહુતિ આપવાની, તમારી માનસિક તૈયારી હોવી જરૂરી છે.તો જ તમે આગળ જઈ શકશો.

તેથી તમે પોતાને ઘડવાનું નક્કી કરો. તમારામાં રહેલ ભિન્નપણું ઓળખો. તે દ્રષ્ટિથી કામ કરો. યશસ્વી થાવ. ખૂબ મોટા થાવ. આગળ જાવ. અને હા, આ શક્ય છે !

જુદી વસ્તુ હંમેશા કિંમતી હોય છે.

*****

૩૪. પરમેશ્વરે તમને કયા કામ માટે નિયુક્ત કર્યા છે?

મિત્રો, કદાચ અનેક જગ્યાએ તમારી રાહને 'રિજેક્શન' આવેલું હશે. આગળ પણ આવશે. એનાથી તમારા મનમાં નિરાશાના પરપોટા ફૂટતા પણ દેખાશે. આવા 'રિજેક્શન' સૌની રાહમાં ક્યારેક ને ક્યારેક, ક્યાંક ને ક્યાંક આવે જ. આવા 'રિજેક્શન' મારા પણ રાહમાં ભરીભરીને આવેલ છે. તેનું સ્વરૂપ અને સમય પ્રત્યેકનો ભિન્ન હોઈ શકે. પણ 'રિજેક્શન' માત્ર ચુકતા નથી આમાંની રિજેક્શન્સ કેટલાક વ્યક્તિગત હોય છે. તો કેટલાક વ્યાવસાયિક હોય છે. પણ જો આમ હશે તો એક વાત ધ્યાન રાખો કે, પરિસ્થિતિ પરમેશ્વરે તમારા માટે નિયુક્ત કરેલ કામના દિશામાં તમને લઈ જાય છે. જ્યાં સુધી આપણે તે જગ્યાએ પહોંચતા નથી ત્યાં સુધી આ 'રિજેક્સજન્સ' નું કામ શરૂ રહે છે. અહીં મને જગવિખ્યાત 'એમેઝોન' આ ઓનલાઈન કંપનીના મલિક 'જેક મા' એમનું ઉદાહરણ આપવું ગમશે. તે કહે, જ્યારે જગવિખ્યાત કે. એફ. સી (KFC) કંપની ચાયનામાં આવી ત્યારે તેમને કામ માટે તેઓની ૮ ખાલી જગ્યા ભરવાની હતી, આ માટે તેમણે પેપરમાં જાહેરાત આપી. એ જાહેરાત જોઈ ત્યાં ૯ અરજી આવી. તે કામ માટે જે ૯માં વ્યક્તિની નિયુક્તિ ન થઈ તે વ્યક્તિ એટલે 'જેક મા'. આગળની બાબત એટલે તેઓને 'હાર્વર્ડ' આ યુનિવર્સિટીમાં પણ પ્રવેશ નકારવામાં આવ્યા હતા. આજે અનેક યુનિવર્સિટીમાંના લોકો તેઓનો અભ્યાસ કરતા જોવા મળે છે. કહેવાનો મુદ્દો એ જ કે, તમારી મુશ્કેલી ત્યાં સુધી જ છે જ્યાં સુધી તમે એ નથી ઓળખતા કે, પરમેશ્વરે તમને કયા કામ માટે નિયુક્ત કર્યા છે. એકવાર બસ તમારી અને તેઓની જોડી જામી કે પછી તમારે પાછું વળીને જોવું પડતું નથી.

તમારી રાહમાં જો કોઈ અપમાન, દુર્લક્ષ આવેલ હોય, આવતા હોય તો તમારા આગળના ઉજ્જવળ યશમાટેની રાહ માટેના બાબતો સમજો. જેમણે તમને આ આપ્યા હોય તેઓને ધન્યવાદ કહો. જગત તમારું જ છે.

૩૫. હું દીવો થઈ શકું કે કેમ?

'દીવો' આ શબ્દ વાંચતા જ, તમારા માંથી અનેકોનું માથું ઊંચું થતા મને દેખાય છે. એટલે 'દીવો' જ કેમ? કેમ 'બલ્બ' નહીં? કેમ 'સી.એફ.એલ (C.F.L) નહીં? તો એનો ઉત્તર એમ છે. એક તો આ દીવાની કિંમત લાઈટ ગયા પછી જ સમજાય છે અને અંધારું દૂર કરવાનું પવિત્ર કામ આ દીવો કરતો હોય છે. અનેકવાર આ દીવાને તે ઘમંડી, મસ્તીખોર, વિચિત્ર પવનથી પોતાનું અસ્તિત્વ ટકવવા માટે ઝગડો પણ કરવો પડે છે. એ ઉપરાંત લોકોને પ્રકાશ આપવાનું કામ કરવું પડે છે. આમ કર્યા પછી પણ એના તળિયે તો માત્ર અંધારું જ હોય છે. ઉપરાંત આ પવનથી ઝગડતી વખતે પોતાની ફરતે કાળાશ જમા થતી રહે છે તે જુદું. પણ તેની આ લગની માત્ર અનેકોના આયુષ્યને ઉજળવાનું કામ કરતી હોય છે. આમાંથી જ આયુષ્યની પણ નિરાશાજનક અંધારાનો સામનો કરવાનું બળ અને પ્રેરણા તેઓને મળતી રહે છે.

તમે પણ પોતાને અન્યો માટે આવો દીવો થઈ શકશો કે, તે જુઓ. જો આમ થયું તો તમે આયુષ્યના ખૂબ મહત્વની ટોચ પર પહોંચ્યા છો એમ કહેવામાં કોઈ વાંધો નથી. જો હાલ તેટલું શક્ય ન હોય તો જેટલું થાય તેટલું કરો. કોઈપણ મોટા, મહાન કાર્યની શરૂઆત એ નાની-નાની બાબતથી જ થતી હોય છે. પણ જ્યારે જ્યારે શક્ય હોય ત્યારે ત્યારે કોઈના પણ માટે નક્કી જ દીવો બનો. બીજાના આયુષ્યને ઉજળું કરવામાં મદદ કરો. તેના આશીર્વાદ તમને અલગ ઊંચાઈ પર પહોંચાડ્યા વિના રહેશે નહીં. તમારા આયુષ્ય રૂપી દિવામાં તમારા પ્રેરક વિચારોનું અને કાર્યોનું તેલ છે, ત્યાં સુધી તમારો સત્કર્મનો દીવો બળતો રહેશે. તેને ક્યારેય પૈસા, ક્યારેક સમય તો ક્યારેક માણસનું ઈંધણ જોઈએ. તે જેટલું મબલક તેટલું તે બળતા દીવાનું આયુષ્ય વધારે મોટું અને તેમાં જ અડચણ લાવનાર બેઈમાન પવન જેવા સંકટ પર માત મેળવવાની ક્ષમતા વધારે. તમે તમારું કામ કરતા રહો. તે પ્રભુ જ તમને માર્ગ બતાવશે અને તમારો દીવો પ્રજ્વલિત રાખશે.

૩૬. તમારા ભૂતકાળને તાળું મારો.

એક સર્વે અનુસાર માણસનું સૌથી વધુ નુકસાન તેનું ભૂતકાળમાં જીવવાથી થાય છે. તેની 'Productivity' - ઉત્પાદકતા ઓછી પડવાનું મુખ્ય કારણ પણ તેના ભૂતકાળમાં તેની માનસિકતા વિરુદ્ધ ઘડેલ બાબતોના મૂળમાં છે.

મારા ગુરુ કાયમ કહે છે કે, સામાન્ય મનુષ્ય સાધારણ રીતે ૬૦% સમય ભૂતકાળમાં શું ઘટ્યું? આની પર વિચાર કરવામાં વેડફે છે. તો ૨૦% સમય ભવિષ્યમાં શું ઘડાશે, આની ચિંતા કરવામાં ખર્ચ કરે છે. પોતાના વર્તમાનને, જે તેની માટે સૌથી મહત્વનું છે. તેને વધેલ ૨૦% સમય આપે છે. જે ખૂબ જ ઓછો છે. તેથી આવા લોકો સામાન્ય મનુષ્યનું જ જીવન જીવતા જોવા મળે છે. આવા માણસો આપણી આજુબાજુ જોવા મળે છે. તેઓને પોતાના ભૂતકાળમાં રાચવું ગમે છે. જો તેઓનું ભૂતકાળ સારું ન હોય તો તેઓ ભવિષ્યની ચિંતામાં હોય છે.

તમારી બાબતમાં તો હું એમ કહીશ કે, તમે તમારા ભૂતકાળને તાળું મારો. એટલે જ કે જે થયું તે થયું. તેને વધુ મહત્વ ન આપો. તમારો સમય આ સાધરણરીતે ભૂતકાળ ૫%, ભવિષ્યકાળ ૧૦%, અને વર્તમાનકાળ ૮૫% હોવો જોઈએ. એનો બીજો અર્થ એમ કે, જો તમને વર્તમાનમાં જીવવાની આદત પડી તો ભવિષ્યની કાળજી કરવાની જરૂર નથી. સંપૂર્ણ તાકાત માત્ર વર્તમાન પર. 'આજ' પર.

તમારા ભૂતકાળને તમારા 'આજ'માં ગબડવા ન દો. તે તમારા પગનો અવરોધ બનશે. તેનો સમયે જ વિરોધ કરો. તમારા ભૂતકાળને તમારી ઉપર 'ચડવા' ન દો. તમારા આયુષ્યનો 'કન્ટ્રોલ' પોતે લો. તમારું આયુષ્ય તમારી શરતો પર જીવતા શીખો. તમારા આયુષ્યમાં 'આજ'ને વધુ મહત્વ આપો. તમે 'આજ'મય બનો. કોઈપણ પરિસ્થિતિમાં ભૂતકાળના ભૂતને તમારી પીઠ પર બેસવા ન દો. આજમાં જીવતા શીખશો તો તમારી માનસિક તાકાત નક્કી જ વધશે, એમ મને લાગે છે. જો તમે તમારા ભૂતકાળમાં જીવતા હોવ તો તેને આજે જ 'બાય-બાય' કરો. આજમાં જીવો. અત્યારમાં જીવો. નવું આયુષ્ય તમારું સ્વાગત કરવા બન્ને હાથ જોડીને ઉભુ છે. તેનો આદર કરો.

'આજ'માં જ આયુષ્યના યશનો 'સાર' રહેલો છે.

*****

૩૭. તમે પોતાને કઈ રીતે ચાર્જ કરો છો?

મેં અગાઉ એક કાર્યક્રમમાં ઉપસ્થિતોને આ જ પ્રશ્ન પૂછતાં, તેમાંના એક જણે કહેલું કે, 'હું આ જ પ્રશ્નનો ઉત્તર ગયા કેટલાય દિવસોથી શોધું છું'. મૂળ આ જ પ્રશ્નના પહેલાનો પણ પ્રશ્ન કે, તમે પોતાને 'ચાર્જ' કરો છો? જો ના કહેશો(જેની શકયતા વધુ છે) તો આગળનો પ્રશ્ન પૂરો થઈ ગયો. અને 'હા' એમ કહેશો તો 'કઈ રીતે', એનો ઉત્તર તમારે આપવો પડશે.

જેમ અગાઉના એક પ્રકરણમાં કહેલ પ્રમાણે સ્નેહસંબંધ કઈ રીતે ચાર્જ કરવાના? આજે અહીં પોતાને કઈ રીતે ચાર્જ કરવાના તે આપણે જોઈશું અને ત્વરિત આજથી તે અનુભવશું પણ. (જો તમે અહીં કહ્યા પ્રમાણે કરશો તો)

સૌ પ્રથમ પોતાને 'ચાર્જ' શા માટે કરવું જોઈએ? તે જોઈએ.

◆ દિવસભર ફ્રેશ રહેવાય.

◆ કાર્યક્ષમતા વધે.

◆ સકારાત્મક વિચાર વધે.

◆ નવી કલ્પના સૂઝે.

◆ એક જ સમસ્યાના અનેક ઉપાય દેખાય.

◆ સારા માણસો આપણી પાસે આકર્ષિત થાય.

◆ યશની સંખ્યા વધે.

◆ મન પરનો તણાવ ઓછો થાય.

◆ ચીડિયાપણું ન રહે.

◆ સમસ્યામાં પણ તક મળે.

◆ પોતાના આયુષ્યનું નેતૃત્વ કરી શકાય.

◆ હવે આપણે પોતાને 'ચાર્જ' કેમ કરવું તે જોઈએ.

◆ તમને પ્રેરિત કરનાર માણસોના સહવાસમાં રહો.

◆ સારા પુસ્તક વાંચો.

◆ સારા ચિત્રપટ, નાટક જુઓ.

◆ ગીત ગાઓ.

◆ પ્રોત્સાહિત કરતા વિડિયોઝ જુઓ.

◆ તમારામાં ઉત્સાહ ભરતા ગીત સાંભળો.

◆ એકાદ સારા ફોરમ/ ક્લબના સદસ્ય થાવ.

◆ વર્ષમાં આશરે બે વાર ફરવા જાઓ.

◆ અઠવાડિયામાં આશરે પાંચ વાર વ્યાયામ કરો.

◆ યોગા, મેડિટેશન જર શક્ય હોય તેને દિવસભરમાં થોડો સમય આપો.

◆ નાચવાનું શીખો.

◆ નાની નાની સફળતાઓ ઉજવો.

◆ નાના છોકરાઓ સાથે થોડીવાર રમો.

◆ ગરજુ લોકોને મદદ કરો.

◆ વચ્ચે વચ્ચે તમારાં અચિવમેન્ટ ઉજવો.

◆ એક્ઝિબિશન, ટ્રેડ શોની મુલાકાત લો.

◆ મિત્રોને મળો.

તો આમ પોતાને જુદા જુદા પ્રકારે તમે ચાર્જ કરી શક્યા તો પોતાના આયુષ્યને નવો મોડ, નવી ગતિ આપી શકશો. આમ કરવાથી તમારા સમૃધ્ધ આયુષ્યની નવી શરૂઆત થશે. ચાલો તો આ જ આયુષ્ય નવા પ્રકારે જીવીએ.

તમારા આયુષ્યનો કન્ટ્રોલ પોતાની પાસે જ રાખો. તો જ તમે તેને જોઈએ તેવું ઘડી શકશો

*****

૩૮. તમે ઓછા સમયમાં વધુ કામ કરો છો કે?

ખરેખર તો આ પ્રશ્ન પ્રત્યેકને કામનો અને મહત્વનો છે. અનેકોને એ ન સમજાય એવો છે. તેમ આ પ્રશ્ન સ્કૂલના નાના છોકરાથી લઈ કામગાર વર્ગમાં પણ બેસી જાય એવો છે. કોર્પોરેટ જગતમાં આને અનન્યસાધારણ મહત્વ છે.

ઠીક છે. તમારે ઓછા સમયમાં વધુ કામ કઈ રીતે કરવું? આની પર આજે બજારમાં અનેક પુસ્તકો, બહું ટ્રેનિંગ પ્રોગ્રામ ઉપલબ્ધ છે. શક્ય હોય તો તે ભૂલ્યા વગર લો. વાંચો અને અમલમાં લાવો.

ઓછા સમયમાં વધુ કામ કરવું એ ખરેખર કૌશલ્ય છે અને આ કૌશલ્ય શીખી શકાય છે. ઓછા સમયમાં વધુ કામ કરવું એટલે પોતાની 'કાર્યક્ષમતા' વધારવી. આજે અનેક ઉદ્યોગસમુહોની સમસ્યા એટલે તેઓના કારીગરોની પડેલી કાર્યક્ષમતા. તેઓની આમ આ સમસ્યા ચિંતાજનક છે. કારણ એક સર્વે અનુસાર સવારે ૯થી સાંજે ૫ આ આઠ કલાક કામ કરનાર કારીગરોની ખરી કાર્યક્ષમતા એ સાધારણરીતે ૨ કલાકની હોય છે. તે તેઓએ જાણીજોઈને ઓછી કરેલી હોતી નથી. એ વધારવા માટે તેઓએ પોતે પણ જાણીને કોઈ ખાસ મહેનત કરેલી હોતી નથી. તે તમે કરજો. કારણ આ આયુષ્ય એક જ વાર મળે છે અને તરુણતા પણ.

તમે કરતા હોવ તે કામની યાદી કરો. અને તેનું નીચે પ્રમાણે વર્ગીકરણ કરો.

૧) તમારે કરવા જોઈએ તેવા કામ.

૨) તમારા ઉપરાંત ઈત્તર લોકો પણ કરી શકે એવા કામ.

૩) તમારે ન કરવા જોઈએ તેવા કામ.

તમારે ઉપરોક્ત પૈકી માત્ર પહેલા પ્રકારનું જ કામ કરવું જોઈએ. બીજા પ્રકારનું કામ યોગ્ય માણસને સોંપો. તેવા માણસો તમારી ફરતે ન હોય તો આજે જ નિયુક્ત કરો. ત્રીજા પ્રકારનુ કામ કરવાનું બંધ કરો.

તમે રોજ કરવાના કામ માટે ડાયરી રાખો. તેમાં કાલે કરવાના કામની યાદી તે કામની પ્રાથમિકતા અનુસાર/ મહત્વ અનુસાર આજે રાતે જ લખો. તેમ જ આજના કામની આગળ તે 'થયા કે નહીં' તે લખો. સાથે આ બાબતને માત્ર ૫-૧૦ મિનિટ જ લાગે છે. પણ તમારી કાર્યક્ષમતા એ ૨૦ થી ૫૦ ટકા સુધી વધી શકે છે. આશા છે કે તમને પણ ઓછા સમયમાં વધુ કામ કરવું ગમશે અને તે માટે તમે જુદા જુદા કૌશલ્યો આત્મસાત કરીને, તેનો ઉપયોગ કરતા હશો.

'Your Accountability Increases Your Productivity'

*****

૩૯. તમારા આયુષ્યમાં 'સ્પીડ બ્રેકર્સ' છે કે?

આયુષ્યમાં જેને સમસ્યાઓ ન હોય એવો કોઈ માણસ નથી. અને ઉકેલ ન હોય એવી કોઈ સમસ્યા નથી. પણ અનેકવાર માણસ સમસ્યાને જ એટલો વીંટળાઈ જાય છે કે, હવે પછીનો પ્રવાસ થોભ્યો છે એમ એમને લાગે છે. ફરતે રહેલ અંધારાને જ તેઓ જગત સમજી બેસે છે. તેથી તેઓને આગળનું કંઈ જ દેખાતું નથી. આવા અવસ્થા વાળા લોકોની સંખ્યા દિવસે દિવસ વધતી જોવા મળે છે કારણ તેઓને તેઓના આયુષ્યની સમસ્યાઓ પાસે -'સ્પીડ બ્રેકર્સ' પાસે સકારાત્મક નજરથી જોવાની નજર આપવામાં આપણે અને આપણી શિક્ષણ વ્યવસ્થા, સંસ્કાર, સમાજ કાયમ ઓછા પડેલ જોવા મળે છે.

જેમ ગાડીમાં છ ગિયર્સ હોય છે અને તે પ્રત્યેકનો ઉપયોગ ગતિ ઓછી વધારે કરવામાં થાય છે. તેમાંના પાંચ ગિયર્સ આગળ જવા માટે હોવા છતાં એક ગિયર 'રિવર્સ ગિયર' હોય છે. તેનો ઉપયોગ પાછળ આવવા માટે કરવો જ પડે. તો જ આપણે સમયસર ઈચ્છીત સ્થળ પર જઈ શકીએ.

એકદમ આમ જ આપણે આયુષ્યમાં પણ કરવું પડે. આગળ જતાં ક્યારેક-ક્યારેક પાછળ પણ આવવું પડે. એકાદ રસ્તે વેગવાન ગાડીને 'સ્પીડ બ્રેકર્સ' લાગ્યું તો આપણે ગાડીનો વેગ ઓછો કરીને, પછી ફરીથી નવીન રીતે એટલે જ કે પહેલા 'ગિયર'થી શરૂઆત કરીએ છીએ. તેથી જ ૧ થી ૬ તમામ ગિયર્સ એ ગાડીમાં અને આયુષ્યમાં જોઈએ જ. તેનાથી અનેકવાર આપણી જ આપણી સાથે નવી રીતે ઓળખ થતી રહે છે. આયુષ્ય એક જ ગતિમાં ચાલ્યું તો, એમાં કેવું 'થ્રિલ' આવ્યું. આયુષ્યમાં 'થ્રિલ' હોવું એ આપણા જીવંત હોવાની નિશાની છે. ઓકે?

તમારા આયુષ્યમાં પણ જો 'સ્પીડ બ્રેકર્સ' હોય તો પોતાને નસીબદાર ગણો, કારણ ગેરેજમાં ઉભી રહેલ ગાડીઓને તે હોતા નથી. તમારા આયુષ્યના 'સ્પીડ બ્રેકર્સ' તરફ સકારાત્મક દ્રષ્ટિથી જુઓ. તમને નવા રસ્તા આપ્યા વગર રહેશે નહીં. આગળ જો કોઈએ તમને ઉપરોક્ત પ્રશ્ન પૂછ્યો તો તેને અભિમાનથી કહો કે, મારા આયુષ્યમાં પણ 'સ્પીડ બ્રેકર્સ' છે. અને હું તેનો ઉપયોગ કરીને મારા ધ્યેય સુધી પહોંચવાનો છું, તે પણ સમય પહેલા. કારણ મને ખબર છે 'ગિયર' ક્યારે બદલવા.

તમારા આયુષ્યના 'સ્પીડ બ્રેકર્સ' ઉપર રહેલ સફેદ પટ્ટા એટલે તમારા માટે તક છે.

*****

૪૦. તમારે ધોધ બનવું છે કે તળાવ?

તેમ તળાવ થવું સહેલું છે. પણ ધોધ થવા સાહસ જોઈએ, અને સાહસી માણસો જ આયુષ્યમાં કંઈક કરી શકે છે, એમ મને લાગે છે. એકદમ પોતાની શરતો ઉપર તેઓ જીવે છે.

આજના સમયે તળાવ જેવું આયુષ્ય જીવનાર માણસો આપણી ફરતે જોવા મળે છે. તેથી તેઓના આયુષ્યમાં પણ માત્ર સરકારી નોકરી, સવારે૭ થી સાંજે ૫, એવી 'સેફ નોકરી'. અને ઘણી બાબતો વર્ષો સુધી તેમ જ રહે છે. તેઓના આયુષ્યમાં સવાર-સાંજની નક્કી બસ અથવા ટ્રેન હોય છે. કોઈના આયુષ્યમાં બપોરની ઊંઘ પણ હોય છે. રોજ કરીએ એવા નક્કી થયેલ અને નક્કી કરેલ કર્યો હોય છે, રોજની ગતિ પ્રમાણે જ એ કરવાની હોય છે. આવા આયુષ્યમાં વધુ કંઈ અને કોઈ બદલી શકતું નથી. તેથી આવા માણસો એકદમ તળાવ બને છે. શાંત, સ્થિર, ન વ્હેનાર. અંદરને અંદર શેવાળ ફેલાવનાર.

ધોધનું જીવન માત્ર એનાથી વિપરીત હોય છે. તેણે પોતાને સિદ્ધ કરવા માટે ઊંચાઈ પરથી નીચે પડવું પડે છે અને આમ જે પાણી કરી શકે એને જ આપણે ધોધ કહીએ છીએ.પાણી જ્યારે ઊંચાઈ પરથી પડે છે, ત્યારે ક્યાંક વ્હેનાર, ધવલ ધોધ લોકોને દેખાય છે. આ ધોધ બીજાને આનંદ દેનાર. પાણીના કમળ પ્રફુલ્લિતપણે તેની પર મુક્તરીતે ઉઘડનાર, પોતાનામાં રહેલ આનંદ બીજાને પ્રત્યેક ટીપાંમાં વહેંચનાર, તેના સાનિધ્યમાં લોકોમાં ચૈતન્ય નિર્માણ કરનાર, આવો ધોધ બનવું અઘરું છે. એ ગાંડપણ પાણીના નસેનસમાં આવ્યા વગર ઘડતું નથી.

તળાવ બનવું જો સહજ જામે તો પણ, ધોધ બનવા જુદું બીજ જોઈએ. તમે માત્ર ધોધ બનો. તે ભલે સહેલું ન હોવા છતાં ન થઈ શકે એવું નથી.

આયુષ્યનું સોનું કરવું હોય તો, જેઓએ તેમના આયુષ્યનું સોનું કરેલ છે, તેઓને પોતાની દીવાદાંડી કરો. આગળનો પ્રવાસ ઉબડખાબડ હોવા છતાં તે આપોઆપ

થઈ જશે. માત્ર જિદ્દ રાખો. પોતાની ઉપર વિશ્વાસ રાખીને કામ કરો. લોકો આને જ નસીબ કહે છે. ધ્યાન રાખો નસીબ બદલી શકાય છે. કરી તો જુઓ.

આયુષ્યમાં 'મોડ' હોય તો જ ગતિ પ્રાપ્ત થાય છે.

*****

૪૧. આયુષ્યમાં તડકાને કારણે છાંયડાની કિંમત સમજાય છે.

એકદમ સાચું. તડકાને કારણે જ માણસને છાંયડાની કિંમત સમજાય છે. તમારા આયુષ્યમાં પણ તમે અનેક ઉનાળા જોયા હશો, ઘણા બાકી હશે. કદાય અનેક ચટકા પણ તમને લાગ્યા હશે.

લોકો આ જ ચટકાઓને અનુભવ કહે છે.

તેથી જ નોકરીના સમયે, 'તમને કેટલો અનુભવ છે?' એટલે જ કે તમે અત્યારસુધી કેટલા ધક્કા ખાધેલ છે અને તે આગળ ખાવાની તૈયારી છે કે? સાચે આમ તે ઇન્ટરવ્યુરના પ્રશ્નનો અર્થ હોય છે. તે ઘણીવાર સામાન્ય માણસને ધ્યાને આવતો નથી.

માત્ર છાંયડામાં જીવનારાની વધુ પ્રગતિ થતી નથી. માત્ર છાંયડાની આદત પણ હોવી ઘાતક જ. કમજોર બનાવનારી. માટે જ પોતાની માટે અને પોતાના છોકરાઓ માટે સુખરૂપ પંખાની અપેક્ષા ન રાખો. એનાથી સુરક્ષિત બનવા કરતાં કમજોર થવાની શકયતા વધુ. કમજોર માણસ ક્યાંય જીતતા નથી. ન આયુષ્યમાં ન મેદાનમાં.

એમ કહેવાય છે કે, "Fitest The Survival" જે સક્ષમ છે, એજ ટકે છે. તમારે પણ આજના ભયંકર સ્પર્ધામાં ટકવું હોય તો તડકામાં ઉભું રહેવું પડશે. ઉભું રહેવાની આદત કરી લેવી પડશે. એ જીવનની રીત છે. ચટકા માત્ર જીવતા માણસને જ જણાય છે. એટલે જ તમે જીવતા છો એ માટે પરમેશ્વરનો આભાર માનવો જોઈએ.

પણ સાચી વાત તો એ જ છે કે, તે તડકાને લીધે જ છાંયડાને વધુ કિંમત હોય છે. કોઈપણ જીવના આયુષ્યમાં સુખ દુઃખનો કિનારો હોય જ. આમ હોવા છતાં પણ છાંયડો ભલે નાનો હોય તો પણ એ સુખદાયી અને લેવી ગમે એવી હોય છે. પણ એનો રસ્તો ખૂબ ઓછો હોય છે અને હોવો જ જોઈએ. એનો ખૂબ આનંદ લેતા શીખો.

એ જ સુખી જીવનનું સૂત્ર છે. અને હા, પોતે જ તડકામાં ઉભા રહેવાથી પોતાનો છાંયડો નિર્માણ થાય છે.

તમારા આયુષ્યમાં રહેલ તડકો તમને મજબૂત કરતો હોય છે.

~ 82 ~

*****

તમારા આયુષ્યમાં રહેલ તડકો તમને મજબૂત કરતો હોય છે.

૪૨. વધુ અંધારામાં આગિયા પણ ચમકે છે.

આ એકદમ તમારા મનમાં રહેલ વાક્ય હશે. બરોબર ને? કે 'વધુ અંધારામાં આગિયા પણ ચમકે છે' સાથે અંધારું જો વધુ હોય તો નાના આગિયાઓને આધાર. આપણા આયુષ્યમાં પણ વધુ અંધારું હોઈ નાની નાની બાબતોનો આપણને અધાર જણાય છે. પણ આપણે માત્ર 'આગિયા નહીં પણ મશાલ' થવાનું છે. મશાલ થવા માટે માત્ર સાચું સાહસ જોઈએ. આવું સાહસ સહજ સૌને જામતું નથી. તે માટે જિગર જોઈએ. એ જિગર જ તમને બીજા કરતાં જુદાં વર્તુળમાં ઉભા કરે છે. આવા જુદા વર્તુળ જ તેઓને અસામાન્ય બનાવે છે. અને લોકો આને જ યશસ્વી થયેલ માણસો એમ માને છે.

આયુષ્યમાં ક્યારેક ક્યારેક આવા કાળા પ્રસંગ આવે છે. તે પ્રત્યેકના જીવવાનો અવિભાજય ભાગ છે. કોઈના આયુષ્યમાં તે જલ્દી આવે છે, કોઈના આયુષ્યમાં તે મોડેથી. પણ આવે છે નક્કી. એજ આ 'લાઈફ સાયકલ'. આવા વખતે ન તૂટતા, ન ડગમગતા, હિંમત ન હારતા, અજવાસની આશા ન છોડતા, છે તે સ્થિતિમાં મન રાખીને રહેવું એ જ ખરી બહાદુરી છે. એક ધ્યાન રાખો –

તમે માત્ર આગિયો ન બનો.

થવું હોય તો મશાલ થાવ. ધગધગતી મશાલ. તે બીજી પણ મશાલો પ્રગટાવે છે. આગ પણ કરી શકે અને અંધારું પણ દુર કરી શકે.

આ માટે તમારે માનસિકતા બદલવાની જરૂર છે. તેની પર કામ કરવું જરૂરી છે. મહત્વનું કે પોતાની અંદર ધગધગતી આગ પ્રગટાવી રાખવી જરૂરી છે. જો આમાં તમે યશસ્વી થાવ, તો તમારા આયુષ્યના ગણિત બદલાય. માત્ર પ્રબળ ઈચ્છાશક્તિ હોવી જોઈએ અને તેને જોડીને કાર્ય.

આ માટે પોતાને એમ જ તૈયાર કરો. તેવા લોકોના સહવાસમાં જ રાખો. તેવો વિચાર કરો. આગળ તે આચરણમાં આવશે જ. કારણ મશાલ થાવું સહેલું ન હોવા છતાં તે અશક્ય નથી.

આગિયાનો વિચાર તમને આગિયો જ બનાવશે, મશાલ નહીં.

*****

૪૩. પૈસાનું ગણિત ઉકેલતા શીખો.

આપણે આયુષ્યમાં તેમ ઘણાં જ ગણિત ઉકેલીએ છીએ, પણ પૈસાનું ગણિત ઉકેલતા અનેકજણ નાપાસ થતા જોવા મળે છે. હા, વધુ ભણેલ માણસો પણ આ ગણિતમાં નાપાસ થાય છે. આમ આ મહત્વનું ગણિત ન ઉકેલાવા પાછળ વિવિધ કારણ હોવા છતાં, પૈસાનું ગણિત ન સમજાવું એ એક મુખ્ય કારણ અનેક જગ્યાએ દેખાય છે. આમાં અનેકજણ અક્ષરશ: ફસાતા જોવા મળે છે.

અનેકોનું આયુષ્ય તો આમાં નપાસ થવાથી બદલાય છે. આપણા સંપૂર્ણ શૈક્ષણિક અભ્યાસક્રમમાં આ એક આયુષ્યને ધાર આપનાર વિષયને વધુ મહત્વ અપાતું નથી. એ જોઈને ખરેખર વિચાર આવે કે, આપણી શિક્ષણ સંસ્થાનો ઉદ્દેશ શો? ફક્ત કાગળની 'ડીગ્રી' નામના 'સર્ટિફિકેટ' આપવા. કે માત્ર કામ કરવા માટે સુશિક્ષિત પણ સંકુચિત કામગર વર્ગ નિર્માણ કરવો, કે સારો આનંદી, ઉત્સાહી, યશસ્વી સમાજ ઘડવવો.

ઠીક છે, જેને પૈસાનું ગણિત ઉકેલતા ફાવે છે, તેને તેના આયુષ્યમાં રહેલ અનેક બાબતો ઉકેલતા ફાવે છે એમ હું કહીશ. પણ આ સંખ્યા ખૂબ જ ઓછી છે. તો પણ હાલની પરિસ્થિતિ માત્ર આવા હોંશિયાર માણસો ઘડવવામાં પૂરક છે. તે માટે આપણને શીખવાનું પસંદ હોવું જોઈએ અને શીખેલ પ્રત્યક્ષમાં ઉતારવાની જિદ્દ જોઈએ તો જ આ શક્ય છે.

તમારે આયુષ્યમાં યશસ્વી થવા માટે જે કોઈ ગણેલ ગુણોની જરૂર છે, તે જ આ એક બાબતને મોટી કરે છે. પણ આપણે તેને દુર્લક્ષ કરીએ છીએ. આગળ આ જ બાબત આપણને મોંઘી પડે છે. આજના સમયે પૈસા કઈ રીતે કમાવવા, એ સમસ્યા નથી. સમસ્યા છે તે 'મેનેજ' કઈ રીતે કરવા?, તે વધારવા કઈ રીતે, તેનો કઈ રીતે, કેટલો અને ક્યારે ઉપભોગ કરવો? મને લાગે છે એકાદ અશિક્ષિત વ્યક્તિએ પણ આનો અભ્યાસ કર્યો તો તેના આયુષ્યનું રિઝલ્ટ જુદું હોઈ શકે. વધુ ભણેલ માણસ જ એમાં અટકે છે. કારણ વધુ પૈસા કમાવવાથી માણસો શ્રીમંત થતા નથી, પણ છે તે

પૈસાનું યોગ્ય વ્યવસ્થાપન કરવાથી જલ્દી શ્રીમંત થઈ શકાય છે. કારણ પૈસો ક્યાં ખર્ચ ન કરવો એ શીખવું પડે છે.

પૈસાનું યોગ્ય વ્યવસ્થાપન, તમારું આયુષ્ય સુખી બનાવશે.

*****

૪૪. તમે તમારા ધ્યેય રોજ વાંચો છો કે?

તમે તમારા ધ્યેય રોજ વાંચો છો કે? આ પ્રશ્નની શરૂઆત સાચે તો, તમને ધ્યેય છે કે અને હોય તો તે લખેલ છે કે? આ બે પ્રશ્નોથી થાય છે. જો તે ન લખેલ હોય તો આજે જ લખો. બધા કામ બાજુ પર મૂકીને. કારણ આ એક તમારા આયુષ્યમાંના મહત્વના કામ પૈકીનું એક છે. મારે અહીં તમારા સ્વપ્ન નથી જોઈતા. હવે સ્વપ્ન અને ધ્યેયમાં શું ફરક હોય છે, એમ તમારા પૈકી કોઈકને લાગશે. તો સ્વપ્નોની આગળનું પગથિયું એટલે ધ્યેય. તમારા ધ્યેય નીચે પ્રમાણે હોવા જોઈઅે.

તમારી પ્રાથમિકતાને પકડીને

*   મોટા-ભવ્ય

*   કરવા જેવા

*   સમયનું બંધન હોય એવા

*   પોતાને આવ્હાન આપનાર

હવે આ કેટલા હોવા જોઈએ? તો સાધારણપણે વર્ષમાં આશરે ૧૨ હોવા જોઈએ. વધુ હોય તો ઉત્તમ. આમ તમે આગળના ૩-૫-૧૦ વર્ષોના ધ્યેય પણ લખી શકો. હવે આ ધ્યેય પૂર્ણ કરવાની બે પ્રભાવી પદ્ધતિ પર આજે આપણે વાત કરીએ.

એક એટલે તમે લખેલ ધ્યેય રોજ મોટા અવાજે વાંચવા. વિશ્વાસ રાખો આને માત્ર ૫-૧૦ મિનિટ જ લાગે છે. બીજી એટલે આ ધ્યેય રોજ લખવા. હા, રોજ લખવા. આને સાધારણપણે ૨૦ મિનિટ જોઈએ. આ સૌથી પરીણામકારક પદ્ધતિ છે.

તમે ઉપરોક્ત પૈકી કોઈપણ એક પદ્ધતિનો ઉપયોગ કરો તો એના સારા પરિણામ તમને જલ્દી જોવા મળશે. જો તમે આમ કરવામાં યશસ્વી થયા, તો તમે આમ કરનારા જગતના માત્ર 3% લોકોમાં સામેલ થશો. આશા છે આની પર તમે મનથી કામ કરશો. આગળ કેટલાક દિવસોમાં તમારા ધ્યેય પૂર્ણ થતાં જોઈ શકશો.

તમારા ધ્યેય જ તમને ઘડે છે.

*****

૪૫. સમય બળવાન છે - તે બદલાય જ છે.

મિત્રો, સૌથી વધુ 'અનપ્રેડિક્ટેબલ' જો કંઈ હોય તો તે સમય છે, એમ કહેવાય છે. તે બદલાય જ છે. આપણો અથવા કોઈનો પણ સમય સરખો રહેતો નથી. તેથી સમયનો અને માણસોનો આદર કરવાનું શીખો.

આ સંદર્ભમાં બીરબલની એક કથા કહેવાય છે. તે એમ કે, અકબર બીરબલને કહે છે, 'મને એવી કોઈ વસ્તુ લાવી દે કે હું જ્યારે દુઃખી હોઈશ ત્યારે એ વસ્તુ જોઈને હું સુખી થઈશ. અને ખુશ હોઉં ત્યારે એને જોઈ દુઃખી થઈશ' અને બીરબલે બીજે જ દિવસે અકબરને એક વીંટી આપી. તેની પર લખેલું હતું,

'યહ વક્ત ભી બદલેગા'

કહેવાનો મુદ્દો એજ કે, તમારો હાલનો સમય ગમે તેવો હોય, ગમે તેટલો ખરાબ હોય, ગમે તેટલો સારો હોય. તે બદલાશે જ. તેથી તમારા સારા સમયમાં તમારો કાંટો નમવા ન દો અને તમારા ખરાબ સમયમાં નસીબને ન આગળ કરો. જો તમે આમ કરવામાં યશસ્વી થયા તો ખરા યશથી, નિર્મળ આનંદથી, દીર્ઘકાલીન યશથી તમને કોઈપણ રોકી શકતું નથી.

ધ્યાન રાખો, આપણો સમય ક્યારેય ખરાબ હોતો નથી. તે કાયમ સારો જ હોય છે. ફક્ત એ બદલવાનો હોય છે. આપણે તે સમયના આગળના ડગલાં ઓળખીને તે પ્રમાણે વર્તવા જો ઓછા પડયા, તો માત્ર ઘણી ઊથલપાથલ આપણા આયુષ્યમાં જુદા જુદા સમયે થઈ શકે. જેમ દિવસ પછી રાત આવે, તેમ આપણા સારો ન હોય એવા સમય (તમારા મત મુજબ) તમને સારી તકો તમારા આયુષ્યમાં લાવી દેશે. લોકોની ખરી ઓળખ આ સમયે જ થાય છે. આપણી ક્ષમતા ધ્યાનમાં આવે છે. આપણામાંના બહાર અને બહારના આપણા ધ્યાનમાં આવે છે.

ધ્યાન રાખો, આયુષ્યમાં એ જ જીતે છે, જે તે સમયનું સન્માન કરે છે. તમે પણ નક્કી તમારો સમય બદલશો એવી આશા છે. કારણ યોગ્ય પ્રકારે કામ કરવાથી સમય

બદલી શકાય છે. તેમ તે અનેકોએ બદલેલી છે. માત્ર તેની લગામ તમારે પોતાના હાથમાં રાખવી જોઈએ એટલું જ.

*****

૪૬. તમારો Focus ક્યાં છે?

તમારો Focus ક્યાં છે? આની પર તમે તમારા આયુષ્યમાં ક્યાં, ક્યારે જશો એ નક્કી થતું હોય છે. મોટેભાગે તમારો ફોકસ જ તમને તમારા ભવિષ્ય માટે ઘડવે છે. એમ કહેવામાં કંઈ ખોટું નથી.

મારા માટે તો 'ફોકસ' એટલે:-

ફો- ફક્ત એક જ બાબત - એક જ સમયે.

ક - કસીને પ્રયત્નોની પરાકાષ્ટા કરવી.

સ - સદા સકારાત્મક દ્રષ્ટિકોણ રાખવો.

હા, આ 'ફોકસ' જ તમારો દિશાદર્શક હોય છે. આ 'ફોકસે' અનેક આયુષ્ય ઘડ્યા છે. તમે તમારા આયુષ્યનો ફોકસ નક્કી કર્યા છે કે? આ સમયે તે કઈ ઉંમરમાં, કયા ભાગમાં, ક્યારે નક્કી કરવો, આવા પ્રશ્નો તમને બેચેન કરી શકે. જો આમ તમારી બાબતમાં થતું હોય તો તમે યોગ્ય દિશામાં જઈ રહ્યા છો એ નક્કી.

હવે આ આગળ 'ફોકસ'નો પ્રવાસ એમ છે કે તે માટે તમારે એક પેન અને પેપર લેવો પડશે અને તેની પર આ લખવું.

- તમારું વ્યક્તિગત અને વ્યાવસાયિક આયુષ્ય બદલી શકે એવી પણ તમે હાલ ન કરતા હોવ તેવી બાબતોની યાદી તૈયાર કરો.

- હવે એને તમારી પ્રાથમિકતા અનુસાર ક્રમ આપો.

- હવે તેની આગળ શક્ય હોય તો અંદાજિત તારીખ લખો.

- તેને પ્રત્યક્ષમાં લાવવા માટે લાગતી બાબતો અને મણસોની યાદી કરો.

- આવશ્યક તે સાધનોને ભેગાં કરો.

- પ્રત્યક્ષ કામની શરૂઆત કરો. ચોક્કસ સમયે તેનો 'રિવિવ્હ' કરો. તેમાં જરૂરી ફેરફાર કરીને આગળ જાવ.

- આ તમામ કરતી વખતે એકાદ કોય/ મેન્ટોર સાથે હોય તો ઉત્તમ જ.

ધ્યાન રાખો. ફોકસ એટલે એક સમયે એક જ બાબત. તે પૂર્ણ થયા બાદ બીજી. એ માત્ર મનમાં અને હદયમાં કોરી રાખો. અનેક અપયશી માણસોમાં આ 'ફોકસ'નો અભાવ દેખાઈ આવે છે. એમાં પહેલી બાબત પુરી થયા પહેલા બીજી શરૂ ન કરાય. અનેક લોકો અહીં જ ચૂકે છે. તમે માત્ર આ વૈચારિક ટોળામાંથી દૂર રહો. કારણ ૪૦ અધૂરા કામ કરતા એક પૂર્ણ કામ એ વધુ પરીણામકારક હોય છે.

તમારો ફોકસ તમને ઘડે છે.

*****

૪૭. તમારું આત્મસન્માન વધે છે કે?

વૃક્ષનું જીવંતપણું એટલે એની દૈનિક વૃદ્ધિ. પણ માણસની બાબતમાં વૃદ્ધિ એ પ્રમાણ ન લગાવતા, તેનું આત્મસન્માન વધતું રહેવું એટલે વૃદ્ધિ એમ મને જણાય છે. એનો જ બીજો અર્થ કે, તે વ્યક્તિ અંદરથી વધતી હોય છે.

આત્મસન્માન એટલે પોતાનું સન્માન. તમે તમારી નજરમાં કમાવેલું સન્માન. તમે તમારી નજરમાં પોતાનું સન્માન વધારવા કરેલ કામ અથવા એવા કામ કરવા, જેથી તમારી ડોક પોતાની નજરમાં પોતાની માટે અભિમાનથી ઊંચી થાય. આ માટે શું જોઈએ? તો બીડો વેઠવો પડે, પોતાને ઘડવાનો. પોતાને અન્યોના માને સન્માનથી જીવવા માટે જુદા, અલગ રાહે ચાલવાનો. આને સાહસ જોઈએ અને મુખ્ય એટલે નસીબ જોઈએ.

મિત્રો, દરવર્ષે આપણે જેમ આપણા ઉદ્યોગની 'બેલેન્સશીટ' બનાવીએ છીએ, તેવી તમે તમારા પોતાની વ્યક્તિગત 'બેલેન્સ લશીટ' બનાવો છો? શું? નથી બનાવતા? તો તમે કરી રહેલ આ બધી મહેનત ફોગટ ગઈ સમજો. પછી એ નોકરી હોય કે ઉદ્યોગ. ઠીક છે, હાલ સુધી નહોતા કરતા, ઠીક છે. પણ હવે પછી નહીં ચાલે. તેથી તે જલ્દીથી જલ્દી બનાવો. આમાં તમારો આત્મસન્માન એ ગયા વર્ષ કરતા કેટલા ટકા વધ્યો કે ઓછો થયો તે નક્કી લખો. અને હા, આ તમારી બેલેન્સ શીટ દરવર્ષે છેવટના અઠવાડિયામાં બનાવો. તેમ જ આગળના વર્ષનો 'સવિસ્તર પ્લાન' પણ બનાવો અને તે પ્રમાણે કામ કરવાની શરૂઆત કરો. આમ દરવર્ષે કરો અને શક્ય હોય તો આ વ્યક્તિગત 'બેલેન્સશીટ' એક જ નોટમાં કરવી અથવા ફાઈલમાં રાખવી. જેથી આગળ તમને ગયા ચાર-પાંચ-દસ વર્ષનો વ્યક્તિગત ડેટા એકત્ર મળી શકશે અને તમારા વધતા/ પડતા આત્મસન્માનનો રિપોર્ટ તમને ઝટ મળી શકે. જેનો ઉપયોગ તમારા ભવિષ્યના સંભવિત ઉજ્જવળ પગરણ માટે તમે નક્કી જ કરી શકો. અર્થાત એનો કેટલો અને કેવો ઉપયોગ કરી લેવો એ સર્વસ્વી તમારા પર આધારિત છે.

તમે તમારું આત્મસન્માન વધે અને તે વધતું જ રહે એવા જ પ્રકારની અનેક સારી બાબતો જાણીને કરતા હશો એવી આશા છે. યશસ્વી થાવ. કીર્તિવંત થાવ.

~ 94 ~

*****

૪૮. ગાંડા થતા શીખો.

એમ કહેવાય છે કે, ગાંડા માણસો ઈતિહાસ ઘડે છે અને શાણા લોકો વાંચે છે. તો વધુ શાણાં માણસો તેનો અભ્યાસ કરે છે. પણ ઈતિહાસ ઘડવા ગાંડા થવું પડે છે એ ખરું. શાણાઓની પંગતમાં આવું નથી. કારણ ઈતિહાસ ઘડવવા લાગતું ધૈર્ય, સાહસ, ખતરો પડકારવાની ક્ષમતા એ ફક્ત ગાંડા માણસમાં જ હોઈ શકે.

ઘણીવાર આપણે 'આઉટ ઓફ ધ બોક્સ' વિચાર કરો, એમ સાંભળીએ છીએ. 'બોક્સના બહાર'નો વિચાર કરવા સુદ્ધા ગાંડું મન જ જોઈએ. તમને તમારા આયુષ્યમાં એકાદ બાબત મળતી ન હોય તો તેનો અર્થ એમ થાય છે કે, તમે તે મેળવવા માટે ગાંડા થયેલા નથી અથવા તેની પર પ્રયત્ન થયેલ નથી. ઠીક છે, ગાંડાઓની પંગતમાં બેસવા ગાંડાઓ જ જોઈએ. તમારે તમારા આયુષ્યમાં જે-જે મેળવવું છે, તે તે મેળવવું શક્ય છે. જોઈતું હોય તો પોતાને અજમાવી જુઓ. આજે માણસોનો સૌથી મોટો પ્રોબ્લેમ એ જ છે કે તેમણે જ તેઓની ખરી ઓળખ કરી નથી હોતી. આ માટે આયુષ્યમાં સંકટો જોઈએ. કારણ એ તમને તમારી ખરી શક્તિની, સક્ષમતાની જાણ કરી આપે છે. ધ્યાન રાખો. તમે પોતાને સમજતા હોવ તે કરતા કેટલાય વધુ તાકાતવાન, વધુ લાયક, વધુ હોંશિયાર, વધુ ચાલાક તમે છો. તે માટે તમારે પોતાનાથી સંવાદ સાધવો જરૂરી છે અને પ્રસંગોપાત વિચારી પવન પર સવાર થઈને પ્રત્યેક બાબતનો સામનો કરવો જરૂરી છે. ગાંડાઓને આ શીખવવું પડતું નથી. તેઓના લોહીમાં જ આ હોય છે. મૂળમાં આ જાત જ જુદી હોય છે. એમ કહ્યું તો તેમાં કઈ જ નવાઈ નથી.

કોઈપણ યશસ્વી વ્યક્તિના આયુષ્યને આ ગાંડપણની 'ઝાંખપ' ક્યારેક ને ક્યારેક તો લાગેલી જ હોય છે. તે સિવાય આગળ ન જવાય. તમે પણ યોગ્ય સમયે નક્કી કરીને ગાંડા થાવ. શા માટે ગાંડા થવું એ નક્કી કરો. તે બાબતને માત્ર તમારા ૧૦૦% આપો. એમાં માત્ર બેસી ન રહો.

એકાદ કામ માટે ગાંડા થયેલ માણસો વધુ ગણતા નથી. કંઈક ભવ્ય દિવ્ય, વિસ્મયકારક, અલૌકિક કરવા ગાંડપણ જ સાથ આપે છે. તમારું ગાંડપણ તમને શાણા માણસો કરતા વધુ જલ્દી યશસ્વી થવામાં મદદ કરે છે. તેને ઓળખો. તમારા ગાંડાને વચ્ચે જ ન મુકો. એમ કરવાથી તમે ક્યાંય ના ન રહો. આ માટે તમે ગાંડા માણસોની સંગતમાં રહો. તમારા ગાંડાને તમારા આયુષ્યનો ધ્યેય બનાવો. રાત-દિવસ એ જ ગાંડપણને જીવો. તમારી નસેનસમાં એનો સંચાર થવા દો. તો જ તમારું ગાંડપણ તમને કઈંક આપી જશે અને અને નવો ઈતિહાસ ઘડશે. કદાચ એ નાનો હશે. પણ એ અસામાન્ય નક્કી જ હશે. અને તમે પણ આ જગતના તે મુઠ્ઠીભર લોકોમાં સામેલ થાવ. તમારા આગળના ઐતિહાસિક રાહને ખૂબ શુભેચ્છા. ગાંડા થાવ. જાગી જાવ. ઝડપથી યશસ્વી થાવ.

જિદ્દી થાવ, સિદ્ધિ મળશે.

*****

૪૯. તમે કયા ઘોડા પર સ્વૈર છો?

મિત્રો, પોતાના વિચારો પર સ્વૈર થયા વગર ગતિથી આગળ જઈ શકાતું નથી. હવે તમે કયા ઘોડા પર સ્વૈર છો. તમે તમારા એકાદ વિચારને જ્યાં સુધી જીવવાનો ઉદ્દેશ કરતા નથી, તે વિચારમાં પોતે સમરસ થઈ જતા નથી, જ્યાં સુધી એ વિચારમાં પોતાને પૂર્ણ રીતે રમમાણ કરતા નથી, ત્યાં સુધી તમારા વિચારને વેગ અને દિશા મળતા નથી.

પણ જો તમારા વિચારનો ઘોડો ચુક્યો, તો તેના પરિણામ ખોટા મળે છે. એ બેવડાવવાની જરૂર નથી. આપણા આયુષ્યમાં ઘડતી અનેક ભૂલ ભરેલ બાબતોનું મૂળ, આપણા ભૂલ ભરેલ વિચારોમાં હોય છે. તમારે તમારા આયુષ્યમાં જો કંઈક ભવ્ય દિવ્ય, મોટું કરવું હોય તો તમે હાલ સ્વૈર હોવ એવો ઘોડો તપાસી જુઓ.

અનેકવાર આપણે કરતા હોઈએ તે કામો, આપણી મૂળ વિચારસરણી, અને તમને તમારા ભવિષ્ય માટે જરૂર હોય એવી કૃતિ, એમાં ઘણો તફાવત જોવા મળે છે. આનું મુખ્ય કારણ તેઓની માનસિકતા, હાલ સુધીની , લોકોની સંગત, આ બાબત હોવી જોઈએ એમ મારો હાલ સુધીનો મત છે. પણ આ બધું બદલી શકાય છે, બદલવું શક્ય છે.

હજી પણ સમય ગયો નથી, સમયે જ જાગો. તમારા વિચારને જોઈએ તે દિશા આપો. યોગ્ય ઘોડા પર સમયે જ સ્વૈર થાવ. તમારા ઘોડાની નિયુક્તિ તમે જ કરો. કારણ બીજાએ નિયુક્ત કરેલ ઘોડા પર તમારી પલાંઠી કેટલી રહી શકશે એ કહી ન શકાય. પણ તમારા વિચારોને પ્રત્યક્ષમાં લાવવા માટે જે જે મદદ લાગે તે તે યોગ્ય વ્યક્તિઓ પાસેથી લો. એમાં ન સંકોચાવ. ગતિથી આગળ જાવ. ધ્યાન રાખો. લોકોને દોડતા ઘોડા ઉપર જ પૈસા લગાવવા ગમે છે. તમે પોતાને મોટા વિજય માટે તૈયાર કરો. તે માટે મહેનત કર્યા કરો. તમારો વિચાર પ્રત્યક્ષમાં આવ્યા સિવાય રહેશે નહીં. ત્યાં સુધી તમે પ્રયત્નમાં પણ પાછા ન પડો. આ માટે તમારે ધીરજ રાખવી

પડશે. તમે જે જે કરો છો, તેની પર પ્રથમ તમારો વિશ્વાસ હોવો જોઈએ. તો જ જગતને તે આપવું સહેલું બને છે.

*****

૫૦. તમે માણસો વાંચી શકો છો?

આયુષ્યમાં માત્ર આ એક જ કલા આપણને આવડી તો આપણા ૮૦% 'પ્રોબ્લેમ સોલ્વ' થઈ શકે છે. પણ દુર્ભાગ્યે આપણા શૈક્ષણિક અભ્યાસક્રમમાં તેનો વધુ ઉલ્લેખ નથી. તેથી આપણા અનેક મિત્રો એક ચોક્કસ સમય પછી ક્યાંક ફસાય છે, અટકાવે છે, ધક્કા ખાય છે. ઘણીવાર આપણું આર્થિક નુકસાન પણ કરે છે. આપણે અનેકવાર આપણી ફસવણી થઈ એમ કહીએ છીએ તેનું મુખ્ય કારણ, તમને માણસો વાંચતા ન આવડવું. એ જ છે.

જેને જેને માણસો ઓળખતા આવડી, તેઓના આયુષ્યમાં અનેક મોટા સકારાત્મક ફેરફાર થયેલ આપણી આજુબાજુમાં દેખાય છે. શિવાજી મહારાજના અલૌકિક, અતુલનીય શૌર્યમાં અને યશના રહસ્યમાં, તેઓને માણસો વાંચતા આવડી જવું આ કલાનું મોટું યોગદાન હતું. આ તેઓના અનેક મોટા અને આયુષ્યને નવી રાહ દેનાર ઘટનાઓનો અભ્યાસ કર્યો ત્યારે સમજાય છે. પછી એમાં અફઝલ ખાનનો વધ કરતી વખતે જીવા મહાલની કરેલ નિયુક્તિ અથવા આગરાએ જતી વખતે કરેલ હીરોજી ફરઝંતની નિયુક્તિ અથવા હેરખાતાના પ્રમુખ પદે નિયુક્ત કરેલ બહિરજી નાઈક. આ બધો માણસો ઓળખવાનો જ જાદુ.

અનેકવાર માણસોને તેઓના વ્યક્તિત્વની ક્ષમતા, ઉણપની જાણ હોય છે. તે એક સારા નેતૃત્વકારે તેઓ પર જવાબદારી સોંપીને, તેઓએ કરવી પડે છે. યોગ્ય માણસ પર રાખેલ વિશ્વાસ, તે માણસને પોતાની માટે પ્રગતિના નવા દરવાજા ખોલવામાં મદદ કરે છે. જેમ શિલ્પના અંદર રહેલ મૂર્તિ ફક્ત એક મૂર્તિકારની નજર ધરાવનાર માણસને જ દેખાય છે. તેમ કંઈક માણસો ઓળખવાની બાબતમાં પણ થાય છે.

તમારે પણ તમારા આયુષ્યમાં જો ઉત્તુંગ યશ મેળવવો હોય તો આ ગુણોની જરૂરિયાત છે જ. તેની પર સમયસર કામ કરો. માણસોને વાંચો. માણસોની નિયુક્તિ કરો. ધ્યાન રાખો. આ તમારી કલા તમને ક્યારેય અપયશી કરશે નહીં. માણસો ઓળખવાની આ કલા તેમ અવિરત ચાલનારી છે. પણ તમારો અનુભવ જ તમને આમાં સમયે સમયે તારી શકે છે, ઉગારી શકે છે. તેથી માણસો વાંચવાનું શીખો. આયુષ્યમાં બાકી બાબતો આપોઆપ ઘડતી રહેશે. કારણ મોટા થવા પણ માણસો જ જોઈએ.

આયુષ્યમાં યોગ્ય માણસો મેળવી કે સંપત્તિ આપોઆપ કમાઈ શકાય છે.

*****

૫૧. માણસ વિચારોથી શ્રીમંત થઈ શકે છે, પણ એ સૌને ફાવતું નથી.

તમારા નસીબની શરૂઆત તમારા વિચારથી થાય છે. એમ લાગે છે. હું મારા ઉઘોજકીય કાર્યક્રમમાં હંમેશા કહું છું, કે 'વિચાર બદલો, નસીબ બદલાશે' એમ કહેવાય છે કે , જેવા તમારા વિચાર,તેવા તમારા કાર્યો. જેવા તમારા કાર્યો, એવી તમારી આદતો, જેવી તમારી આદતો તેવું તમારું ચરિત્ર અને જેવું તમારુ ચરિત્ર એવું તમારું નસીબ.

તમારા શ્રીમંત વિચારો જ તમને શ્રીમંત બનાવી શકે છે. પરિસ્થિતિ ઘણીવાર આપણાં હાથ બહારની હોય છે. નિરાશા, નકારાત્મક વિચાર અનેક માર્ગથી આપણા જીવનમાં પ્રવેશ કરે છે. અનેક વ્યક્તિના આયુષ્યમાં તો આ વિચાર અને નિરાશા એકદમ ઘર કરી જાય છે. ધ્યાન રાખો, નકારાત્મક વિચાર એ, સકારાત્મક વિચાર કરતા વધુ પાવરફુલ હોય છે. તેથી આ પહેલા તમને અનેકવાર અનુભવ થયો પણ હશે કે, તમે એકાદ કામ કરવા માટે બધી મહેનત કરો હવે તે કામ જલ્દી જ પ્રત્યક્ષમાં આવવાનું હોય છે અને એક વિચાર, કેવળ એક નકારાત્મક વિચાર તે સંપૂર્ણ કામ, તે સંપૂર્ણ પ્રક્રિયા થોભાવે છે.

મેં જેમ ઉપર કહ્યું તેમ, માણસ વિચારથી શ્રીમંત થઈ શકે છે, તે માટે સૌથી પહેલા એટલે, આપણી સંગત બદલવી. આપણે સકારાત્મક અને શ્રીમંત વિચારસરણી ધરાવતા મિત્રો વચ્ચે રહેવું જરૂરી છે. બીજું કે, જુદા પુસ્તકો, સારા પિક્ચર, ગીતો, ટ્રેનિંગ પ્રોગ્રામની મદદ લઈ શકાય.

ઠીક છે, આ ભલે સાંભળવામાં સાદું, સરળ, સહેલું લાગતું હોય તો પણ, તે પ્રત્યેકને ફાવતું નથી. પણ જો એકવાર ફાવ્યું તો તેના જેવું બીજું કોઈ તંત્ર નથી. આયુષ્યમાં શ્રીમંત થવાની શરૂઆત વિચારથી થાય છે. પણ એ સૌને ફાવતું નથી. કારણ, આયુષ્યમાં સૌને જુદા ધ્યેય હોય છે. તેઓના રસ્તા જુદા હોય છે. કોઈકને આ માર્ગ

ગમતો નથી, તો કોઈને તે માર્ગ-રીત જામતી નથી. પણ જેને ફાવ્યું તેને એક સારા, આનંદી, સુખી, સમાધાની આયુષ્ય જીવવાથી કોઈ રોકી શકતું નથી.

તમારા વિચારોની શ્રીમંતાઈ તપાસી જુઓ. કદાચ એ તમારા પૈસાની શ્રીમંતાઈને પણ પાછી પાડશે.

તમારી વૈચારિક શ્રીમંતાઈ તમને અન્યો કરતાં જુદો ઠરાવે છે.

*****

!! ધરપડ !!

મારે જ પોતાને પરીક્ષણ કરીને જોવું છે,

પોતાને એકવાર સિદ્ધ કરવું છે.

કંઈક કર..કર કહીને, મમ્મી થાકી ગઈ,

તેણી પણ અત્યાર સુધી દોડી થાકી ગઈ.

મિત્ર અમથા બનાવ્યાં,

તેઓએ પૈસા અને સમય લીધા,

હવે મારે તેઓથી દૂર રહેવું છે. કારણ...

ધક્કા ખાવામાં મરણ રોજનું છે,

ધ્યેય ન હોવાથી મેં જ રચ્યું પોતાનું પતન,

હવે એકદમ ઉભા થવું છે, કારણ...

જીવનમાં હું કંઈક તો કરી શકું છું, એ નક્કી છે,

પોતાને આપેલ વચન પાળીશ,

આજથી રોજ જુદી રીતે જીવીશ,

અને તમને હું સફળતાના શિખર પર દેખાઈશ,

કારણ મારે જ પોતાને પરીક્ષણ કરીને જોવું છે,

પોતાને ફરી એકવાર સિદ્ધ કરવું છે.

કારણ મારે જીતવું છે.

મારે જીતવું જ છે!

- વિશ્વાસ વાડે

લેખકનો પરિચય

નામ: શ્રી વિશ્વાસ વાડે

જન્મ :   13 જાન્યુઆરી 1982

શિક્ષણ : એમ.કોમ, પી.જી.ડી.એમ.એમ., એ.ડી.બી.એ.

વિશેષ શિક્ષણ : (IIM - Kashipur) આય. આય. એમ.- કાશીપુર - એક્ઝેક્યુટિવ એન્ટ્રેપ્રેન્યોરશિપ.

અનુભવ : વિવિધ મલ્ટીનેશનલ કંપની સાથે સેલ્સ, માર્કેટિંગ અને વ્યવસ્થાપનનો ૧૨ વર્ષનો સમૃદ્ધ અનુભવ.

વ્યવસાય : 'દ્રોણા આંત્રાવોલોજી' આ પોતાની ટ્રેનિંગ કંપની મારફતે લઘુત્તમ, લઘુ અને મધ્યમ ઉદ્યોજકોને યશસ્વી ઉદ્યોજકતાનું પ્રશિક્ષણ આપવું.

સંલગ્ન કંપની : મિશન કામયાબી ટ્રેનિંગ અને કન્સલ્ટન્સી, આ અગ્રગણ્ય અને નામાંકિત ટ્રેનિંગ કંપની સાથે જોડાયેલ.

સંસ્થાપક : 'શૌર્યાં ફ઼ોઉન્ડેશન' આ સંસ્થા મારફતે સમાજના ગરીબ અને જરૂરતમંદ બાળકોને શાલેય શિક્ષણ પૂર્ણ કરવામાં મદદ કરવી.

ઈ- મેલ :

drona.businesscoachgmail.com,

Businesscoachvishwaswade.com

વેબસાઈટ : vishwaswade.com

સોશિયલ મીડિયા :

Whatsapp : 9892617000

Facebook:www.facebook.com/ vishwaswade

Blogspot : Vishwas Wade. Blogspot.in

You tube : vishwaswade

Twitter : vishwaswade

LinkedIn : vishwaswade

Contact : 9892617000/ 9594330337

www.ingramcontent.com/pod-product-compliance
Lightning Source LLC
Chambersburg PA
CBHW020128180726
47992CB00020B/2552